సంపాదకీయం

ఇందులో—

దాసరి సుబ్రహ్మణ్యంగారి ఎనిమిది కథలను సంపుటీకరించాము

క్రమానుగతంగా మేము వెలువరించబూనుకొన్న వివిధ రచయితల కథా సంపుటములలో ఇది మొదటిది మా ప్రచురణలలో రెండవది

మా తొలిప్రచురణ వెలువడిన వెంటనే అనేకమంది మిత్రులు అభిమానులు, మమ్ము మా ఉద్యమాన్ని ప్రోత్సాహపరిచారు వారికి మా అభివందనాలు ఇదే సందర్భంలో ఈ ఉద్యమంలోని, కష్టనిష్ఠురాలను, సాధక బాధకాలను, సాకల్యంగా వివరించుతూ, మమ్ము నిరుత్సాహపరచినవారు గూడా, అదే మేరకు ఉన్నారు

మా శ్రేయస్సును కాంక్షిస్తూ, ఈ విధమైన సూచనలిచ్చిన ఈ మిత్రులకు సైతం మేము అభివందనాలర్పిస్తున్నాము,

నిజం —

నమ్మిన ఆశయాలతో, తెలుగు నాట పుస్తక ప్రచురణకు పూనుకొన్న వ్యక్తికీ, కొడిగట్టిన దీపానికీ, దగ్గర సామ్యం ఉన్నది

ఈ సత్యం మాకు తెలియక పోలేదు అయినా మాపట్ల, మాకు సానుభూతి చూపుతున్న మిత్రులపట్ల, మీదుమిక్కిలి మా పాఠకులపట్ల, మాకు అచంచలమైన విశ్వాసం ఉన్నది ఈ విశ్వాసమే మమ్మీ ప్రయత్నానికి పురికొల్పింది 'తెలుగునాడు' అభివృద్ధిని ఆకాంక్షిస్తూ మీరందించే, ఆచరణయోగ్యము, సాధ్యము, అయిన ప్రతి సూచనా మాకు శిరోధార్యం

సెలవు,

-సంచాలకులు

పీఠిక

ఈనాటి సాహిత్య స్వరూపాలన్నిటిలోకీ చిన్నకథ (లేక కథానిక) అతి విచిత్రమైనది ఇందులో, రచయిత సంఘాన్ని, తననూకూడా ప్రతిబింబించుకోవచ్చు, తన మనస్తత్వంతాలూకు వివిధ "భంగిమలు" కథలలో ప్రదర్శించవచ్చు అందుకనే మనం అనేకమంది కదకులు రచించే అనేకవేల కథలు చదివినప్పటికీ ఒక్కొక్క కదకు ఒక్కొక్క ప్రత్యేకమైన చవి ఉంటుంది

ఇందులోని కథలు రచించిన కథకుడు చాలా ఏళ్ళుగా రకరకాల కథలు రచిస్తున్నప్పటికీ ఈయన రచనలు పుస్తక రూపంలో వెలువడటం ఇదే మొదటిసారి ఇందులోని కథలు ఈయన రచనలకు పూర్తి ప్రాతినిధ్యం వహిస్తాయని చెప్పటానికి వీలులేదుగాని, ఇందులోని కథలలో చాలావరకు ఈ రచయిత యొక్క ప్రత్యేకత వ్యక్తమవుతుం దనటానికి సంహదేహం లేదు

ఈ కథకుడు జీవితం తాలూకు కొన్ని సమస్యలపట్ల తీవ్రమైన రాగద్వేషాలు కలవాడు అందుచేత వాటిని చిత్రించేటప్పుడు తాను తటస్థంగా ఉండలేడు దానికి మొదటి కథ "తుమ్మల్లో అస్తమయం" ప్రబలమైన ఉదాహరణ విశ్వానంద లాగా దేవత్వం నటించే రాక్షసులున్నారు వారు ఆధునిక నాగరికతా విజ్ఞానాలకు ప్రబల శత్రువులు కాని ఆ మాట ఎలుగెత్తి చెప్పేవారు సంఘంలో లేరు ఆ పనికి ఈ కథకుడు పూనుకున్నాడు

పెడతోవపట్టిన ఆధునికత్వాన్ని విమర్శిస్తుంది "తెరవబడని తలుపు" అనేకథ "సెక్స్ విజ్ఞానం" దృష్ట్యా ప్రేమకు

శారీరకాకర్షణ ప్రధానం ఈ విశ్వాసం గల ఇద్దరు స్త్రీ పురుషులు తమ పరస్పర సంబంధాల విషయంలో ఈ నియమానికి అను గుణంగా నడుచుకుని, తెరవవలసిన తలుపును మూసి ఉంచి, దాని కిరువైపులా తాము క్రుగ్గుతారు

"సినిమా ఛాన్స్" అన్న కథలో సినిమా వ్యామోహం అర్భకులను ఏ స్థితికి తెచ్చేదీ చిత్రించ బడింది సినిమా వ్యామోహం వెంట బయలుదేరే అవాస్తవికదృష్టి మూఢవిశ్వా సాలూ, అర్థంలేని మనస్వత్తమూ కొంచెమైనా అతిశయింపు లేకుండా ఈ కథలో చిత్రించ బడ్డాయి

"కల నిజం" అన్న కథలో ఒకఅభాగ్యుడిపై సినిమాల ప్రభా వము చిత్రించ బడింది ఇందులో కొంత అతిశయింపు లేకపోలేదు

"ఉద్యోగధర్మం" మంచి కథ కాదు అందులో ఒక విథమైన కర్మ సిద్ధాంతం ఉన్నట్టు కనిపిస్తుంది మనం జీవి తంలో చేసేపాపాలకు సద్య ఫలితాలు చూడం

"ధనిక వితంతువు"లో పురుషుడు స్వార్థంకోసం స్త్రీని వంచించే పద్ధతి చిత్రించ బడింది

"అవ్యక్తం" చక్కని వ్యంగ్యరచన ఇందులో మంచి హాస్యం కూడా ఉంది

"ఇంద్రాణి" అనే కథలో వ్యక్తికీ విప్లవానికీ గల సంబంధం చిత్రించ బడింది ఇది నిత్యజీవితానికి సంబంధించిన సాంఘిక సమస్యకాదు తీవ్రమైన విప్లవోద్యమాలలో దూకేవారు చేయ వలసిన స్వార్థత్యాగం యొక్క ప్రమాణాలు, మామూలు వ్యక్తుల ఊహకు అందేవి కావు వాటిని చిత్రించటంకూడా చాలాకష్టం

—కొడవటిగంటి కుటుంబరావు

I don t want to be a lawyer
and live upon men s quarrels
I don t want to be a physician
and live upon men s diseases
I don t want to be a preist and
live upon men s sins but I want
to make my living as a writer

Nathaniel Hawthrone

తుమ్మల్లో అస్తమయం

బయట ఎవరో అస్పష్టంగా, అనుమానంగా తలుపుతట్టారు

టేబులు ముందు కుర్చీలో కూర్చుని లెక్కలు రాసుకుంటున్న విశ్వానంద ఆ వైపు ఓ మారుచూసి—

"పాడులోకానికి అంతస్సును చూసేశక్తి నశించింది అంతా బాహ్య చిహ్నలు—వాటికి గౌరవం!" అనుకుంటూ, లెక్కల పుస్తకాలు అడుక్కినెట్టి, అక్కడినుంచి భాగవతాన్నీ, భగవద్గీతనూ బైటకిలాగాడు భాగవతాన్ని పైన పడవేసి, భగవద్గీత పేజీలు తీసిచూస్తూ—

"ఎవరో? లోపలికి రావచ్చు" అన్నాడు

దాదాపు పాతిక సంవత్సరాల యువకుడు తలుపుతోసుకొని గదిలో అడుగుపెడుతూ విశ్వానందకు నమస్కరించాడు

విశ్వానంద భగవద్గీత మీదనుంచి తల పైకెత్తి "ఏం పని?" అని ప్రశ్నించాడు

"తమవద్ద క్లర్కుపోస్టు ఖాళీగా వుందని "

యువకుడు మాట పూర్తిచేయకుండానే, విశ్వానంద భగవద్గీతను టక్కున మూసేసి "ఆఁ! ఆఁ! ఖాళీవుంది రా! కూర్చో" అని కుర్చీ చూపించాడు

ఎంతో నమ్రతతో అణకువతో వచ్చి ఆ యువకుడు ఎదురుగావున్న కుర్చీలో కూర్చున్నాడు

"నీ పేరు?"

"కృష్ణారావు"

"ఎంతవరకు చదివావ్?"

"స్కూల్ ఫైనల్—"

"కాని ప్యాసవలేదు? ఆఁ!" విశ్వానంద సూటిగా ఆ యువకుడి ముఖంలోకి చూస్తూ, యీ ప్రశ్న వేశాడు

"ప్యాసవలేదు రెండుసార్లు తప్పాను" బెదురుగా ఆ యువకుడు అన్నాడు

విశ్వానంద విజయోత్సాహంతో అతడివంక చూస్తూ—

"నాకు తెలుసు, అందుకనే నిన్ను సూటిగా 'ప్యాసవలేదు గదూ' అని అడిగాను నిజం తెలుసుకోవాలని నీకుంటే—నువ్వు మూడోమారు పరీక్ష కెళ్ళినా ప్యాసయ్యే వాడివి కాదు"

ఒక నిమిషం యిద్దరూ నిశ్శబ్దంగా వూరుకున్నారు విశ్వానంద భాగవతాన్ని చేతిలోకి తీసుకుంటూ " 'ఏ విధి బాటువడ్డ గలదే భువి నల్పునకున్' అన్న పద్యం వచ్చా?' అన్నాడు

కృష్ణారావు కుర్చీలో విసుగ్గా యిటునుంచి అటు జరిగాడు తలవంచుకునే "చదివినగుర్తు కాని మర్చిపోయాను!" అన్నాడు

"నీకు కర్మసిద్ధాంతంలో నమ్మకం వుందా?"

కృష్ణారావుకు తల దిమ్మెత్తిపోయింది స్ఫుటంగా ముఖం మీద కనిపించే విసువుతో అతడు విశ్వానందవంక చూశాడు విశ్వానంద ఒక చిరునవ్వు నవ్వి—

"ఉద్యోగంకోసం వచ్చిననిన్ను యీ ప్రశ్నలు ఎందు కేస్తున్నానో నీకు అర్థంకాకపోవచ్చు నా ప్రశ్నలకు నీవు యివ్వబోయే జవాబులుకూడా నాకు తెలుసు మొదట్లోనే చెప్పాను-న్యూ-ల్ ఫైనల్ ప్యాన్ కాలేదని కాని ఎందు కడుగు తున్నానంటే—"

విశ్వానంద కుర్చీలోనుంచి లేచి బీరువా దగ్గిరకు వెళ్ళాడు కృష్ణారావు ఆశ్చర్యంతో, భయంతో అతడివైపు చూస్తున్నాడు విశ్వానంద బీరువాలో నుంచి ఒక పెద్దకాయితాల కట్టను లాగుతూ—

"ఈ విద్యాలయం పేరు నీకు తెలుసుగదా!" అన్నాడు

"తెలుసు విశ్వానంద వృత్తివిద్యాలయం" కృష్ణారావు తడబడుతూ ప్రత్యుత్తరం యిచ్చాడు

"అంటే-"అంతటితో ఆమాట ఆపి, విశ్వానంద కాయితాల కట్టతో వచ్చి, తిరిగి కూర్చొని ప్రారంభించాడు

"అంటే-వృత్తిపనులద్వారా మానవుల్ని ఆవిశ్వకర్త దగ్గిరకు చేర్చాలనేది, నా ఆశయం అంటే-నాలో యీ వుద్దేశం కలిగించిన, ఆవిశ్వసృష్టికారుని ఆశయం! ఆజ్ఞ! ఆకాంక్ష! అంటే-ఒక్క-మాటలో యీ విద్యాలయం, ఆపైన వున్న ఆలోకానికి, కిందవున్న యీలోకానికీ ఒకనమ్మకమైన నిచ్చెన అన్నమాట కనక నీకు వుద్యోగం యిచ్చేముందు నిన్నుగురించి నీమాటల్లోనే తెలుసుకోవాలి, నాకు తెలుసుకునే సాధనాలు వేరే

వున్నా, వాటిని, పూరి కేసీమాటల్తో సరిచూసుకోడానికి మాత్రమే వుపయోగించుకుంటాను"

కృష్ణారావుకు మాదీఘరసాయనం దొరికితే బాగుండు నని పించింది బలమైన దాహం కలిగి నాలుక పీక్కుపోసాగింది అతడు కుర్చీలోనుంచి లేస్తూ—

"మంచినీళ్ళు కావాలి" అన్నాడు

విశ్వానంద దూరంగావున్న కూజావైపు చేయి వూపుతూ "నాకు చాలా పనివుంది త్వరగా రా" అన్నాడు విసుగ్గా

తిరిగి సంభాషణ ప్రారంభమయింది ఈ సారి కృష్ణారావులో ఆ భయం, అనుమానం నశించి, కొంత ధీమాగా కూర్చున్నాడు విశ్వానంద నోటు పుస్తకంమీద పెన్సిలు ఆనించి—

"నీ రాజకీయాలు—కమ్యూనిస్టువా?"

"అసలు నాకు రాజకీయాలు లేవు"

"అబద్ధం ఈ రోజుల్లో రాజకీయాలు లేని మనిషి అంటూ ఎవడూ వుండడు సోషలిస్టువా"

"కాదు కాని సోషలిజం అంటే కొంత అభిమానం"

"అలా దారికి రా!" విశ్వానంద పెద్దగా నవ్వి—

"నేనూ సోషలిస్టునే! కాని యీరోజు పత్రికల్లో ప్రచార మవుతున్న సోషలిజం కాదు నాది ధనికునిమధ్యా బీదవాని మధ్యా సమానత్వాన్ని సాధించడంకాక, దేవునిమాధ్యా మానవునిమధ్య సమానత్వాన్ని అంటే సోషలిజాన్ని సాధించ డమే నా లక్ష్యం అంటే ఓ నూతనమైన అద్వైతం"

"క్షమించండి అవన్నీ నాకు తెలియవు"

"ఈ విద్యాలయంలో చేరినతరువాత అన్నీ నీకు తెలుస్తాయ్

కమ్యూనిష్టువు కానందుకుమాత్రం సంతోషిస్తున్నాను మలయాలో వాళ్ళుచూడు! కన్సర్వేటివ్ ప్రభుత్వంక్రింద వుండమంటూ పోట్లాడారు బాగానేవుంది కాని యీనాడు యింగ్లండులో సోషలిష్టు ప్రభుత్వంవున్నా, దానికిందా వుండమంటూ పోట్లాడుతున్నారు! పూర్వజన్మలో చేసిన సుకృతాన్నిబట్టి ఈ జన్మలో అక్కడక్కడ కొద్దిమంది, ఐశ్వర్యవంతులుగాపుడతారు వాళ్ళను కూలదోయాలనడం, దైవశాసనధిక్కారం కాదా? వాళ్ళువాళ్ళు చేసుకున్న పుణ్యాన్నిబట్టి, యీ లోకంలో వాళ్ళకు తగినట్టుగా సౌకర్యాలు కల్గించే యీశ్వరాజ్ఞను ధిక్కరించడానికి వీళ్ళెవ్వరు?"

"మీరు రాజకీయాలు బాగా చదివారు కాని నేను "

"చాలు చక్కగా గ్రహించావు ఆ మాత్రం గ్రహణశక్తి నీకున్నట్లయితే నీవు వుద్ధరింపబడే అవకాశాలున్నాయ్ ఇంత వరకు యిద్దర్ని-గడ్డునాస్తికులను నరకబాధలనుంచి కాపాడాను కాని కొంత ఆలస్యంగా-ఆఖరు నిమిషాల్లో దైవ ఆజ్ఞ!" అర్థనిమీలిత నేత్రాలతో విశ్వానంద యింటికప్పువంక చూస్తున్నాడు కృష్ణారావు రెండు నిమిషాలు ఆగి-

"నా వుద్యోగం మాట ఏమంటారు?" అన్నాడు విశ్వానంద ధ్యానముద్రనుండి బయటపడి-

"నలభైరూపాయల జీతం, రెండుసార్లు భోజనం - యిష్టమేనా?" అన్నాడు

"అంతా మీయిష్టం" కృతజ్ఞతతో కృష్ణారావు కళ్ళు మెరిసినై గొప్ప అంతస్సు, కాని, పైకి వట్టిచాదస్తుడులా కనబడుతున్నాడు గొప్ప హృదయం

విశ్వానంద భగవద్గీతా భాగవతాలను ఓపక్కకు నెట్టి అడుగునుంచి లెక్కల పుస్తకాన్ని బయటకు లాగాడు ఆవర్జా పుస్తకాన్ని కృష్ణారావుకు చూపుతూ—

“ఈ పుస్తకం, యింకా దీనికి సంబంధించిన నాలుగైదు పుస్తకాలు నీ స్వాధీనంలో వుంటాయి లెక్కలు జాగర్తగా రాయడమే నీపని ఈ పని ఎక్కువ టైము తీసుకోదు కనక తీరుబడి కాలంలో, పని వాళ్ళంతా సరిగా పనిచేస్తున్నారో లేదో నూలూ ఏకులూ, వాటన్నిటి విషయంలో తగినంత మెలకువతో జాగర్తగా వుండాలి నీకు ముందే హెచ్చరిక యిస్తున్నాను— వాళ్ళంతా దొంగలు ”

“పనివాళ్ళు ఎంతమంది వుంటారు ?”

“నలభైఅయిదు మగ్గాలు వాటిమీద పనిచేసేవాళ్ళు అరవైయిద్దరు అందరూ గజదొంగలు ఏమాత్రం ఏమరుపాటుగా వున్నా మగ్గంతో కూడా పారిపోయే సరుకు ”

కృష్ణారావుకు భయం కలిగింది అంతమంది పనివాళ్ళు నిజంగా అలాంటి దొంగలే అయితే తను వొక్కడు ఎంత జాగ్రత్తగావుండి మాత్రం, ఏం చేయగలడు ? అయినా ఏదో విధంగా పని చేయాలి తప్పదు మంచి వుద్యోగమే దొరికింది కనీసం యింటికి పాతిక రూపాయలన్నా పంపుకోవచ్చు

“ఏమిటి ఆలోచిస్తున్నావ్ ?” విశ్వానంద గంభీరంగా అన్నాడు

“ఆఁ, ఏమీలేదు” కృష్ణారావు తడబడ్డాడు “ఉండేందుకు ధూము——”

"రూము కాదు మంచి యిల్లు యిస్తాను ఆ పడమటి వైపున తుమ్మచెట్ల పక్కనవున్న యిల్లు ఖాళీగానే వుంది "

కృష్ణారావుకు కంపరమెత్తింది వచ్చేటప్పుడు ఆ యింటి పక్కగానే వచ్చాడు చుట్టూ తుమ్మచెట్లూ, జిల్లేడు మొక్కలూ—

"అక్కడ అన్నీ తుమ్మలూ, జిల్లేడు మొక్కలూ "

విశ్వానంద ఆశ్చర్యంగా అతడివంక చూస్తూ "అవి లేంది ఎక్కడ? ఈ విద్యాలయం వుద్దేశ్యం యిదివరకే చెప్పాను భగవంతుడి సృష్టిలో, దృష్టిలో గులాబీ చెట్టుకున్న విలువ తుమ్మచెట్టుకూ వుంది మల్లె మొక్కకున్న ప్రయోజనం జిల్లేడు మొక్కకూ వుంది ఈశ్వరరూపమైన ప్రకృతిని పాడుచేయదలుచుకోలేదు అందుకనే యీ విద్యాలయం చుట్టూ వున్న నలభై ఎకరాల పొలాన్నీ అందులోని వృక్షజాతుల్నీ వున్నవి వున్నట్టుగానే వుంచాను "

"కాని ఒంటరిగా రాత్రిపూట అక్కడ వుండడమంటే "

తక్కిన మాట విశ్వానంద నవ్వులో వినబడకుండా పోయింది

"భయం! అంతేనా అబ్బాయ్ నేను చెప్పేది విను ఈశ్వరుడిమీద భక్తివిశ్వాసాలు మనకున్నంతవరకు ఆయన్ని కూడా మనం లెక్కచేయవలసిన అవసరం వుండదు! నన్ను గురించి ఎన్నో కాకులు ఏమేమో కూస్తున్నాయి ఎన్నో కుక్కలు ఏదేదో మొరుగుతున్నాయి నేను లెక్కచేస్తున్నానా? రెండు మగ్గాలతో పని ప్రారంభించి యిప్పుడు ఆంధ్రదేశానికంతకీ—వాళ్ళకు కట్టాలని యిష్టముంటే, అందుకు సరిపోయేటంత బట్ట తయారు చేయిస్తున్నాను "

“నన్ను మీరు సరిగా అర్థం చేసుకోలేదు నేను చెప్పేది ‘అక్కడ రాత్రిపూట ఒంటరిగా వుండడం భయం’ అని ”

“ఓహో! అదా? నేను అప్పుడప్పుడు ఏదో ఆలోచిస్తూ ఏమో మాట్లాడుతుంటాను చీకటిలో ఒంటరిగా అక్కడ వుండడం భయం అని— అంతేనా?”

“అదే నేను చెప్పదలచుకుంది” కృష్ణారావు ఆశగా అతడి వంక చూశాడు

“నీవు భయపడవలసింది ఏమీ అక్కడలేదు మానవుడి కల్మషహస్తంచేత తాకబడని నిర్మల ప్రకృతి అది బహుశా దేవుడి సృష్టిదినంనుంచి యీనాటివరకు అందులో మానవుడు గొడ్డలి గాని, కొడవలి గాని చేతబట్టుకొని ప్రవేశించి వుండడు సూర్యుడు అస్తమించేటప్పుడు ఆ తుమ్మలగుండా ఎప్పుడైనా చూశావా?”

“లేదు” ఏ భయంకరదృశ్యాన్ని వర్ణించబోతున్నాడో అని కృష్ణారావు నిశ్చలంగా విశ్వానంద వంక చూస్తున్నాడు విశ్వానంద ఓ రీము కాయితాన్ని టేబిలుమీదనుంచి పైకెత్తి—

“ఇదిగో! వీటిల్లో రాసిందంతా ఆ ఒక్క దృశ్యాన్ని గురించే సూర్యుడు పడమటి కొండచాటుకు వెళ్ళేటప్పుడు, క్రిక్కిరిసివున్న ఆ తుమ్మచెట్లగుండా అతడు ప్రసరింపజేసే కాంతి పుంజాల్ని చూస్తూంటే— మనలో ఏమాత్రం భావనాబలం వున్నా, మన హృదయంమీద గుద్ది కరిగింపజేస్తుంది ఈశ్వరుడు మానవుడిని ఆవరించివున్న చీకటితెరను తొలగించడానికి చేసే ప్రయత్నంలా తోస్తుంది మనకు హృదయం వుండాలి! ఈశ్వరప్రేరణకావాలి! చూడు! ఇరవై దస్తాలకు పైనవున్న

యీ కాయితాలలో రాసిందంతా తుమ్మల్లో ప్రొద్దు గ్రుంకడాన్ని గురించే— వీలున్నప్పుడు ”

“ఏ పత్రికకైనా పంపారా ?” కృష్ణారావు నాలుక కొరుక్కున్నాడు అప్రయత్నంగా వచ్చిన ప్రశ్న

“పంపాను కాని గులాబీ పువ్వులమీాదా, సంపెంగపొదల మీాదా రాసిన కవిత్వాన్ని చదివి, సంతోషించే యీనాటి సంపాదకులకు— వట్టి ముడిప్రకృతిమీాద, వున్నదున్నట్టు రాసే కవిత్వం గుటకపడుతుందా? అయినా నేను నిరుత్సాహ పడను దైవప్రేరణవల్ల రాయబడిన యీ కవిత్వం బహిర్గతమయే బాధ్యతి ఎప్పటికైనా ఆయనే చూచుకుంటాడు ”

అతడి ఆత్మవిశ్వాసాన్ని చూసి కృష్ణారావు ఆశ్చర్యపడ్డాడు

“రాత్రిపూట ఒంటరిగ అలాంటి ప్రదేశాల్లో వుండే అలవాటు యింతవరకు నాకు లేదు వీలు చూసి యింకో యిల్లు యిస్తే బావుంటుంది ” కృష్ణారావు దీనాతిదీనంగా అడిగాడు విశ్వానంద పుస్తకాలు సర్దివేస్తూ—

“ఇంత చెప్పినతరవాత కూడా నీవు యిలా అడగడం బాగా లేదు సృష్ట్యాదినుంచి యీనాటివరకు మానవుడిచేత తాకబడని నిర్మలప్రకృతి ! అలాంటి ప్రదేశంలో తిరిగేశక్తులు— శక్తులంటే పోలేరమ్మ పెద్దేటమ్మ శక్తు లనుకునేవు— అవి గాదు ఆ భగవచ్ఛక్తులు, అలాంటి నిగూఢ ప్రకృతివెనక తిరుగుతుంటయ్ ఈ కలియుగంలో మనకై మనమే ప్రయత్నంచేసి దేవుడికి ంటపడాలి ! ఆ అవకాశం— ఆ యిల్లు నీకు యిస్తుంది” మాట పూర్తిచేసి విశ్వానంద ఒక తాళము, చెవి, కృష్ణారావు చేతికి యిచ్చాడు

ఆ రాత్రి కృష్ణారావుకు నిద్దర పట్టలేదు తాళంతీసి యింట్లోకి అడుగుపెడుతూనే కట్లపామును చూశాడు ఇల్లంతా పంది కొక్కులు తవ్విన కన్నాలూ, గోడలనిండా పగుళ్ళూ, వాటిని ఆనుకుని బయట జిల్లేడు మొక్కలూ, గచ్చపొదలూ తుమ్మ చెట్లూ చిన్న చిన్న పొదలూ— అంతా ఓ భయంకర దృశ్యంలా అతని మనస్సులో హత్తుకుపోయి, కన్ను మూయ డానిక్కూడా భయపడే స్థితికి వచ్చాడు

సరిగా అర్ధరాత్రికి అప్రయత్నంగా అలా కళ్ళు మూతపడే సరికి బయట ఏదో శబ్దం వినబడింది అతడు వేగంగా కొట్టుకుంటూన్న హృదయంతో, లాంతరువత్తి కొంచెం పెద్దదిగా చేసి, చెవులు రిక్కించి విన్నాడు

గోడ పక్కనే ఏదో పోరాటం ప్రారంభం అయింది ఏమై వుంటుంది? ముంగిస చేసే కీచు శబ్దం! పందికొక్కుల గోంద్రు! కొద్దిసేపట్లో యింకేదో కొత్తశబ్దం 'క్రీక్, క్రీక్' అంటూ వినబడసాగింది అది జముడుకాకి! 'సృష్ట్యాదినుంచి మానవుడి చేత తాకబడకుండా మడికట్టుక్కూచున్న ప్రకృతి! అంత భయపడుతూ వున్న స్థితిలో కూడా, అలాంటి ఆలోచన తనకు కలిగినందుకు నవ్వుకున్నాడు

మసక మసక చీకటి వుండగానే ఎవరో తలుపు తట్టారు కృష్ణారావు చాపమీదినుంచి లేచివెళ్ళి తలుపు తెరిచాడు దాదాపు డెబ్బది సంవత్సరాల ముసలాడు నమస్కరిస్తూ లోపలికి వచ్చాడు

"కొత్తగా నిన్న వుద్యోగంలో చేరింది మీరేనా?" కొత్త అనే బిడియం లేకుండా, పక్కగా కూర్చుని ముసలాడు ప్రశ్నించాడు

"అవును, నేనే" కృష్ణారావు, ముసలాడి చొరవకు ఆశ్చర్య పోయాడు.

"ఆరు నెలల్లో యిద్దరు మీబోటి చదువువాళ్ళు యీ యింట్లోనే ఆఖరిసారిగా వూపిరి పీల్చారు"

కృష్ణారావు మాట్లాడలేదు అతడికేదో లోతు తెలియని అగాధంలోకి జారుతూన్నట్టు తోచింది

"ఇక్కడ నేను పదిహేను సంవత్సరాలనుంచి పని చేస్తు న్నాను ముసలివాణ్ణి అయ్యాను ఇక్కడే చచ్చిపోతాను కాని నీబోటివాళ్ళు యిక్కడినుంచి తప్పుకోవడం మంచిది రోగం వస్తే మందు యిప్పించేవాళ్ళుకూడా లేరు" ముసలాడు కృష్ణా రావు నైరుకన్నా చూడకుండా మాట్లాడేస్తున్నాడు

"మందు కూడా యిప్పించే దిక్కెందుకు లేదు? విశ్వానంద గారు " వినుగ్గా తల వూపుతున్న ముసలాణ్ణి చూసి కృష్ణా రావు మాట మధ్యలో ఆపేశాడు

"నేను ఏడుగంటలకల్లా పనికిపోవాలి అందువల్ల నీకు కొద్ది మాటల్లో యిక్కడి పరిస్థితి చెప్పేస్తాను తరవాత నీయిష్టం కూర్చో"

ముసలాడు యిల్లు తనదైనట్టు కృష్ణారావును చాపమీద కూర్చోమని ఆహ్వానించాడు తలుపు గడివేయమని చెప్పి, సగంకాల్చిన ఎంగిలి చుట్టను ముట్టించి ప్రారంభించాడు

"నీకు ఎంతజీతం యిస్తానన్నాడో అది నాకు చెప్పనవసరం లేదు ఇక్కడే భోజనం ఏర్పాటువుంది గనుక నెలాఖ రుకు నీవు డబ్బడిగితే – 'ఏం చేసుకుంటావ్ ? నీపేర జమకట్టి వుంచుతాలే' అంటాడు"

"నలభైరూపాయలు యిస్తానన్నాడు నేను యింటికి కొంత పంపుకోవచ్చు ననుకున్నాను"

"అదేమీ సాగదు 'కావాలంటే యీ నాలుగు రూపాయలు తీసుకో - తతిమ్మా డబ్బంతా ఆఖరుకు వెళ్ళబోయేటప్పుడిస్తానంటాడు గట్టిగా అడిగితే - అసలు యిక్కడ నీకున్న ఖర్చేమిటో సిగరెట్టుతాగే అలవాటువున్నదని అంటే - అందువల్లకలిగే అనారోగ్యం, యింటికి డబ్బు పంపుకోవాలంటే - ఎవరికాళ్ళమీద వాళ్ళు బతకవలసిన అవసరం-అంతా అద్వైతం, చిత్తు సత్తు"

ముసలాడు అనాథ్యుడులా వున్నాడు కృష్ణారావుకు అనుకోకుండానే అతడిమీద గౌరవం నమ్మకం కలిగింది

"ఇద్దరు చచ్చిపోయారన్నావ్ ఎందువల్ల? జబ్బుచేశా?"

"జబ్బుచేసే కాని మందు యిప్పించే దాతవుంటే జబ్బు చేసిన ప్రతివాడూ చావడు"

"మరి వాళ్ళెందుకని మందు తీసుకోలేదు"

"వాళ్ళు మందు తీసుకోక పోవడంకాదు, వాళ్ళు చస్తూకూడా మందుకావాలంటూనే చచ్చారు ముసలాడు గట్టిగా గోడ మీద వుమ్మేశాడు "అంతా సత్తు, చిత్తు'

"డాక్టరు అందుబాటులో లేడనుకుంటాను"

"డాక్టరు లేక కాదు నీవు విశ్వానందగారంటున్నావే, ఆయనకు, వాళ్ళరోగం మందులవల్ల కుదిరేదికాదని నమ్మకం ఆయనేమో కాస్త పడిసెంపట్టినా డాక్టరుచేత అయిదారుసార్లు పరీక్ష చేయించుకొని మందు తీసుకుంటాడు కారణం, ఆయన తన ఆత్మను, శరీరాన్ని ఈశ్వరుడికి అంకితం చేశాడు కనక, ఆయన

కోసం వాటిని కాపాడాలి! ఇక నువ్వూ నేనూ శరీరాన్ని, ఆత్మను ఆ దేవుడికి స్వాధీనంచేయలేదు కనక, అది జరిగేవరకూ రోగంవచ్చినా మందులూ మాకులూ తీసుకోగూడదు ప్రార్థన చేయాలి ”

“అంటే?”

“అంటే సత్తు చిత్తు! ఆత్మ-పరమాత్మ! కర్మ పూర్వజన్మం! నాకు యీ పదిహేను సంవత్సరాల్లో చాలా వేదాంతం అబ్బింది ”

ముసలాడు చుట్ట అవతలపారేసి లేస్తూ—

“సాయంకాలం వచ్చి మాట్లాడతాను వేళ అయింది పని కెళ్ళాలి ”

“అసలు-ఆరు నెలల్లో ఆయిద్దరూ ఎలా చచ్చి పోయారో చెప్పలేదు ”

ముసలాడు వంగి చాపను పైకెత్తి పరీక్షగాచూచి నవ్వుతూ అన్నాడు

“ఇదిగో యీ చాపమీదే వాళ్ళిద్దరూ ప్రాణాలు వదిలారు ఒకడు చస్తూ కూడా ‘క్వైనైన్ బిళ్ళలు, క్వైనైన్ బిళ్ళలు’ అనడం మానలేదు ”

“రెండో అతను?” కృష్ణారావుకు అంతా ఓ భయంకర స్వప్నంలా వుంది

“రెండోవాడు అచ్చంగా నీలాగా, సన్నగా వుండేవాడు అయితే నీకన్న కాస్త ఎరుపు ఎంత హుషారైన మనిషి! అందర్నీ నవ్విస్తూ వుండేవాడు ”

“అతడికి ఏం జబ్బుచేసింది?”

"న్యూమోనియా అని అతనే నాకు చెప్పాడు వాళ్ళన్నయ్య ఎక్కడో డాక్టరనీ-తనకూ కొంత వైద్యం తెలుసనీ అంటూండే వాడు కాని ఏంలాభం? జ్వరం వచ్చిన అయిదారు రోజులకల్లా చచ్చి పోయాడు"

"మందు ఎందుకని యిప్పించలేదు?"

"మందు యిప్పించకపోయినా-కనీసం అతడు కోరినట్టన్నా విశ్వానందగారు నడుచుకున్నట్టయితే బతికేవాడనుకుంటాను న్యూమోనియా రోగికి చలిగాలి తగలకూడదని యీ తలుపు-ఆకిటికీ మూయ మంటుండేవాడు కాని యీ ఆనందగారు-'ప్రకృతి ప్రసాదించే గాలివెలుగుల్ని తిరస్కరించడానికి నీ వెవడు? ఈశ్వర నామం జపించు' మంటూ అన్నీ బార్లా తీసివుంచుతుండే వాడు పాపం! అతడు ఆఖరిక్షణాల్లో 'గొంగళి! గొంగళి!' అంటూ ప్రాణం వదిలాడు"

కృష్ణారావు ఓ దీర్ఘమైన నిట్టూర్పు విడిచాడు

"కాని తరవాత విశ్వానందగారు చాలా బాధపడి వుంటాడు" అన్నాడు గడియ తీసేందుకు తలుపు దగ్గిరకువెళ్ళిన ముసలాడు ఆగాడు—

"తరువాత బాధపడటంకాదు, వుత్సాహ పడుతున్నాడు తను యిద్దరు గడ్డునాస్తికుల్ని ఆఖరి క్షణాల్లో నరకబాధలనుంచి కాపాడానని అందరితో చెపుతుంటాడు ఆ క్వైనైన్ అంటూ చచ్చిన అతను, 'కృష్ణా అంటూ ప్రాణాలు వదిలాడనీ-గొంగళి, గొంగళి అంటూ మరణించిన అతను 'గోవిందా, గోవిందా' అన్నాడనీ అంతా సత్తు చిత్తు—"

తలుపుగడియ తీసి ముసలాడు బయటకు వెళ్ళిపోయాడు

ఆ వాలల్లా కృష్ణారావు మానసికంగా చాలా బాధపడ్డాడు ఇంతకంటె మంచివుద్యోగం తన కెక్కడా దొరకదు కాని— ఆ ముసలాడు చెప్పినదంతా నిజమైతే తను ఎక్కువకాలం యిక్కడ వుండగలగడంగాని—అసలు వుండి బతకగలగడం గాని చాలా అనుమానాస్పదం ఇల్లంతా ఎంతో బీభత్సంగావుంది పైగా యిద్దరు ప్రాణాలు వదిలిన ఆ చాప! ఆ రాత్రంతా భయంకరమైన కలలతో నిదరపట్టక అమిత బాధపడ్డాడు కళ్ళుమూస్తే, జముడుకాకులు, తుమ్మచెట్లు, పందికొక్కులు, ముంగిసలు, కట్లపాములు—

మరుసటిరోజు సాయంత్రం తలుపుతీయగానే ఏదో పాము చర్రున గోడపగుళ్ళలోకి పోయి దాక్కుంది చిత్తుకాయితాలు మంటపెట్టి దాన్ని అక్కడనుంచి బయటకు వచ్చేటట్టుచేసి చంపాడు అదీ కట్లపామే! పదహారు కట్లు!

ఆరోజు రాత్రి ఎనిమిది గంటలకు, విశ్వానందను మామూలుగా ప్రతి పదిహేనురోజులకు, ఆరోగ్యం విషయమై పరీక్ష చేయడానికి వచ్చే డాక్టరు రామారావు కనబడ్డాడు ఆయనతో తనగోడంతా చెప్పుకుని, కనీసం మరోయిల్లు యిప్పించేందుకు విశ్వానందకు సిఫారసు చెయ్యమన్నాడు ఆయన కృష్ణారావువంక జాలిగా చూసి—

“ఆయనతో యిలాంటి విషయాలు నేను మాట్లాడను కావాలంటే నీకు జబ్బు చేసినప్పుడు కబురుచేస్తే వుచితంగా మందిస్తాను ఏదో కుర్రవాడివి”

డాక్టరు పోయేటప్పుడు కారుదాకా వెళ్ళి— “యిక మీరే నాకు దిక్కు”అన్నట్టు జాలిగా ఓ చూపుచూసి తిరిగి వచ్చాడు

ఆ రాత్రి తోడుగా పడుకునేందుకు ముసలాణ్ణి పిలుచుకొచ్చాడు తుమ్మచెట్లలోనుంచి జముడుకాకులూ, యింకా యేవో యితర జీవాలు మామూలుకంటె ఎక్కువ గోలచేసినై చూరుకింద జిల్లేడు చెట్లలో, గచ్చపొదల్లో వివిధ ప్రకృతి ప్రాణుల పోరాటం మధ్యమధ్య రాజీ—

బాగా పొద్దుపోయి, ఏదో కొంచెం కునుకుపట్టేటట్టుగావున్న దశలో కృష్ణారావుకు ఏదో కుట్టినట్టు—కాదు కరిచినట్టు తోచింది మామూలుగా ఎలుకలు కాలిగోళ్ళనూ చేతిగోళ్ళనూ తినడం రోజూ నిద్రలో వుండగా జరుగుతూనే వుంది కాని ఆ అనుమానం ఒక్క క్షణికంలో అతడికే నివృత్తి అయింది దుప్పటికింద, యిటూ అటూ వేగంగా కదుల్తూ, పారిపోయేందుకు ప్రయత్నం చేస్తోంది పాము! పెద్దగా కేక వేశాడు

కేక వింటూనే ముసలాడు ఎగిరి కూర్చున్నాడు కృష్ణారావు తడబడుతూండటాన్ని చూసి, లాంతరు వత్తి పెద్దదిగా చేసి దగ్గరకు తీసికెళ్ళాడు

లాంతరు వెలుగులో—దుప్పటి కిందనుంచి గోడ కన్నంలోకి చర్రున పరుగెత్తిన పామును ముసలాడు స్పష్టంగా చూశాడు నూనెపలుగుడు! కట్లపాముకంటె ప్రమాదకరం!!

వెలుగు చూస్తూనే కృష్ణారావు కూర్చున్నవాడల్లా వెల్లకిలా పడిపోయాడు అస్పష్టంగా 'రామారావు' అన్నాడు

ముసలాడు ఎలవగానే విశ్వానంద బయలుదేరి వచ్చాడు కృష్ణారావు చాపమీద మెలికలు తిరిగిపోతూ, ఏదో మధ్యమధ్య అంటున్నాడు

విశ్వానంద నిర్వికారంగా అతడి దగ్గరకు వెళ్ళి తలగడకింద చేయిపెట్టి వెతికాడు

"లేదు! తలగడ కింద పెట్టుకుని పడుకోమని వానుమద్దండకం యిచ్చాను కాని ఆ పని చేయలేదు మరి యిప్పుడు రామా రామా అంటే ప్రయోజనం?"

"రామా రామా— కాదు డాక్టరు రామారావుగారి కోసం"

కళ్ళెర్రచేసి ఉగ్రనరసింహాకృతి దాల్చిన విశ్వానందను చూసి ముసలాడు అంతటితో ఆగిపోయాడు

"ఎదిహేనేళ్ళనుంచి యిక్కడ వుంటున్నా ఆ పరమార్థ తత్వం ఏమీ నీ బుర్ర కెక్కలేదు మనిషి చచ్చిపోయేటప్పుడు యమకింకరులు జీవుణ్ణి గొలుసులతో బంధించేటందుకు ప్రయత్నం చేస్తూండే స్థితిలో ఎవడైనా డాక్టరు రామారావుకోసం కబురు చేయమంటాడా? ఎచ్చివాడా! అతడి ఆత్మ డాక్టరు రామారావు కోసం కాదు యిప్పుడు తపించుతున్నది— ఆ అయోధ్యారాముడికోసం— కాని చాలా ఆలస్యంగా— అకాలంగా" విశ్వానంద కళ్ళు తుడుచుకున్నాడు

"రైల్వేస్టేషనుకు తీసుకపోతే, మంత్రం"

విశ్వానంద సింహంలాగా ఛెంగున లేచాడు

"ఓరి దైవద్రోహీ! చచ్చిపోయేవాళ్ళ ఆత్మల్ని కూడా మంత్రతంత్రాల వైపు తిప్పేటందుకు ప్రయత్నంచేసే పామండుడా" విశ్వానంద పుద్రేకంతో యిక మాట్లాడ లేక పోయాడు

కృష్ణారావు కొంత తెప్పరిల్లి "మళ్ళీ తెర రాకముందే ఆయన్ని రా—మా—రా—" మళ్ళీ తెలివచ్చి అతడు చాపమీద పాములాగా మెలికలు తిరిగి పోతున్నాడు

విశ్వానంద, కృష్ణారావు పక్కగా చాపమీద కూర్చుని విచారంగా అన్నాడు-

"రాడు, నాయనా, రాడు త్రేతాయుగంలో వచ్చి దర్శనమిచ్చినంత తేలిగ్గా— యీ పాడు కలియుగంలో పిలవగానే వచ్చి దర్శనం యివ్వడు" విశ్వానంద మళ్ళీ కళ్ళు తుడుచుకున్నాడు

కొద్దిసేపట్లో కృష్ణారావు చాపమీద మెలికలు తిరగడం మానేశాడు।

బయట— సృష్ట్యాదినుంచి యీనాటివరకు మానవుని చేత తాకబడని నిర్మలప్రకృతిలో దేవుడు సృష్టించిన వివిధ జీవులు కీచులాడుకుంటున్నాయి

తెరవబడని తలుపు

"వెర్రి చెత్త! నా కాలాన్ని పాడుచేశావ్"

"నిజంగానా?"

"అబద్ధం అనుకున్నావా? మూడు రోజులు, రోజుకు రెండు గంటల చొప్పున ఆరు గంటల కాలం వృథా అయింది"

బ్రహ్మానందం, శశిరేఖ వైపుకు చిరుకోపంగా చూశాడు ఆమె యీజీచైరులోనుంచి లేచి, టేబిలుమీద బ్రహ్మానందం విసిరికొట్టిన పుస్తకాన్ని అందుకుంటూ–

"అందుకే మిమ్మల్ని సాంతం చదవమన్నది నా స్నేహితురాలు"

"అనసూయా?"

"ఆఁ! ఆమే! యిది వల్లమాలిన నవలంటూ ఏమేమో చెప్పి యిచ్చింది"

"అవును! అలాంటివాళ్ళకు యీ రకం నవలలు చాలా బావుంటాయ్" బ్రహ్మానందం సిగరెట్టు ముట్టించి గట్టిగా రెండు సార్లు పీల్చి

“ఈ నవలలో చెప్పబడిందే నిజమైన ఆదర్శ ప్రేమ అయితే, అది దేవతలకు దయ్యాలకూ కూడా వద్దు ఇ మనుషులకు ” శశిరేఖ మధ్యలో అందుకుని—

“కథానాయకుడు- ఆమె ప్రేమించి పెళ్ళిచేసుకునేటప్పుడు అందంగా వుండేవాడు గదా? సరే పెళ్ళయింది బాగానే వుంది యుద్ధంలో తిన్న గాయాలతో ఆ ముఖమంతా గుంటలూ, లొట్టలూ పడిపోతే— మరి యింకా అతగాణ్ణే ఎలా ప్రేమించిందా అని నాకు అనుమానం!”

“ఇదంతా ప్రచార సాహిత్యం యుద్ధంవల ఆ దేశాల్లో దాదాపు అందరు మొగాళ్ళూ ఏదో వొక ంగ వైకల్యం పొందారు మరి స్త్రీలు అలాంటి వాళ్ళను వదిలేయకుండా వుంచాలంటే ఏదో వొక మనో వైకల్యాన్ని ఆదర్శ ప్రేమ పేరుతో పిలిచి, వాళ్ళ అంగవైకల్యానికి చేతకాని అదీ యీ ఆదర్శం ”

“అసలు అంత వికారంగా కనబడే మగాళ్ళను, ఒకప్పుడు ప్రేమించి పెళ్ళి చేసుకుంటే మాత్రం, ఆడవాళ్ళు తరవాత కూడా ఎలా భర్తలుగా అంగీకరించ గలుగుతారు?”

“ఏదో ఆదర్శమనీ మానవత్వమనీ దాని హుందాతనమనీ యింకా యింకా అలాంటివే కొన్ని కల్పించుకుంటే సరి ”

శశిరేఖ దీర్ఘంగా పైకి రెండు నిమిషాలు చూచి, హఠాత్తుగా ఏదో ఆలోచన తట్టినట్టు లేచి బ్రహ్మానందం దగ్గరకు వస్తూ—

“మిమ్మల్ని నేనెందుకు ప్రేమించా ననుకున్నారు?” అని ప్రశ్నించింది

"ఏమో!" బ్రహ్మానందం కొంటెగా చూశాడు

"ఈ ముక్కు, యీ గడ్డం యీ వంపు "

ముక్కుమీద రెండు ముద్దులు, గడ్డాన కొకటి— మొత్తం మూడు

"ఈ ముక్కూ, గడ్డం యిలా లేకపోయినట్లయితే?"

"ఏం! భారతదేశం యిక మగాళ్ళు లేక గొడ్డుపోయిందా?"

బ్రహ్మానందం—బ్రహ్మాండం బద్దలయేట్టు నవ్వుతూ ఆమెను దగ్గరకు లాక్కున్నాడు

"మరి నిన్నెందుకు ప్రేమించా ననుకున్నావ్?"

ఆమె విశాల నేత్రాలను అతి సున్నితంగా ముద్దు పెట్టుకుంటూ ప్రశ్నించాడు

"ఉఁహు నాకు తెలియదు మీరే చెప్పండి"

"ఈ సువిశాల నేత్రాలు, మెడలో వొంపు, నున్నని పాల భాగం, మృదువైన శరీరం "

"ఆపండి! యింకచాలు" శశిరేఖ అతనిపట్టు వదిలించుకొని లేవబోయింది

"ఆగు మధ్యలో వెళితే ఎట్లా? అంతా చెప్పనీయ్"

"ఆ ప్రబంధ వ్యవహారమంతా నాకెందుకు!"

"ప్రబంధ స్త్రీలు మాత్రం నీకంటే ఎక్కువ అందంగా ఉంటారనా?"

"ఏమో ఎవరు చూశారు?"

"భలే పాండిత్యం! ఆదర్శ ప్రేమను అవతల పారేసి రుబాయత్స్ అందుకో బుర్ర పాడైంది

"అమ్మో! ఆ పుస్తకం పారేయటమే! దాన్ని అనసూయకు జాగ్రత్తగా తిరిగి యిచ్చేయాలి"

"చాలానాళ్లు అడుగుదామని మరిచిపోయాను అనసూయ భర్త ఎక్కడున్నాడు?"

"ఆమె నడిగితే తనకే తెలియ దంటుంది అరెస్టు కాకుండా తప్పుకు తిరుగుతున్నాట్ట"

"అంత కర్మం ఏమొచ్చె? శుభ్రంగా బయటికి వచ్చి అరెస్టవరాదూ!"

"అదే నాకు ఆశ్చర్యం! కాంగ్రెసులోచేరి నాలుగుసార్లు జైలు కెళ్ళాడు మరియిప్పుడు స్వరాజ్యం వచ్చిన తరువాత కూడా యీ భయం ఏమిటో నాకు అర్థం కాదు"

"ఆమె బ్రతుకు తెరువు?"

"మిషన్ కుట్టుకుంటుంది"

"స్కూలుఫైనలు చదివింది తెలివితేట లున్నాయ్ యిదీ అవస్థ—"

"రిజిష్టర్ మారేజి చేసుకుంది గామాలు తేలిగ్గా వదిలేసి యింకోణ్ణి చేసుకో వచ్చుగా?"

"కొంపతీసి మన యింటికి వచ్చినప్పుడు యీ మాటఅనేరు ఇక మనం బతికే ఆస్కారం వుండదు ఈ మధ్య ఒకసారి అతణ్ణి చూశాను అంతా బైరాగిలా వున్నాడు మాసిన గడ్డం - మురికి గుడ్డలూ"

అప్రయత్నంగా బ్రహ్మానందం గడ్డంమీదికి పోయిన ఆమె చేయి ఒక్కసారి వులిక్కి పడింది

"తెల్లవారి మీరు గడ్డం చేసుకోలేదు నిజం చెప్పండి ?" డోక్కు-బోతున్న దానిలా ముఖంపెట్టి ప్రశ్నించింది బ్రహ్మానందం బిక్క ముఖం వేసి—

"చేసుకోలేదు మరచి పోయాను" అన్నాడు

"ప్రతిరోజూ చేసుకుంటానని వొట్టుపెట్టారు గుర్తుందా?"

అత్తగు బోనులో నిలుచున్న ముద్దాయిలా గిజగిజ లాడాడు

శశిరేఖ మామూలుకన్న హెచ్చుస్థాయిలో—

"మిమ్మల్ని గడ్డం చేసుకోకుండావున్న రోజున చూడటమంటే నాకు నిజంగా డోకు వచ్చేంతపని జరుగుతుంది పని తొందరఅంటూ యీమధ్య మీరు స్నో రాచుకోవటం మానేశారు మిమ్మల్ని నేను మన వివాహపు ప్రథమ దినాల్లోలాగే ప్రేమిస్తుండాలంటే యిలాంటివన్నీ మానుకోవాలి నిజం చెప్పాలంటే యీరాత్రికైనా మీరు గడ్డం చేసుకోకుండావుంటే తెల్లవారి మమ్మల్ని చూస్తే రామదాసు జైలుసీను నాకు జ్ఞాపకం వస్తుంది మీరిలా చేస్తుంటే నేను ఎట్లా ప్రేమించ గలను ?"

శశిరేఖ చరచరా నడిచి తన గదిలోకిపోయి, తలుపు బిగించింది బ్రహ్మానందం యింకో సిగరెట్టు తీసి ముట్టించాడు

ఆమె అన్నది నిజం! తను అందంగా వుంటానికి తగు జాగ్రత్తలు తీసుకోకపోతే ఆమె ఎలా ప్రేమించ గలుగుతుంది? ఒకసారి ప్రేమించి పెళ్ళిచేసుకున్న తరవాత మొగుడు ఎలాంటి అందవికారాన్ని ఏ ఆదర్శం కోసం పొందినా సహించి వూరుకోవటానికి యీమె చచ్చిన నవలల్లోని స్త్రీ కాదామె!

తను అందంగా వుండాలి తనే రోజూ గడ్డం చేసుకోకుండా స్నో రాచుకోకుండా సెంటుపూసుకోకుండా ఆమె దగ్గరకు వెళ్ళటమంటే నిజంగా ఆమె అందాన్ని వెక్కిరించినట్టే!

బ్రహ్మానందం ఆమె గదివంక చాలాసేపు చూశాడు ఆమె ఆ వైపున గొళ్ళెం పెట్టుకుంటున్నట్టుంది ఈ వైపునుంచి తలుపు తట్టినా లాభంలేదు ఇటు తను గడియవేస్తే? ఛా! ఏమిటీ యీ ఆలోచనలు!

తనకు ఆమెమీద ప్రేమ తగ్గిపోతుందా? ఊహుఁ! లేదు ఆ అందమైన సోగకళ్ళు నున్నని ముఖం తిన ముక్కున్నా, గడ్డమున్నా ఆమెకు ఎంత ప్రేమ!

యీజీ చైరులో పడుకొని అలాగే ఎంతోసేపు ఆలోచించాడు నెమ్మదిగా నిద్ర పైమిరిఎంచింది కలత నిద్దరలో బ్రహ్మానందానికి కళ్ళు, ముక్కులు గడ్డం, సేఫ్టీ రేజరు, స్నోబుడ్డి ఒకదాని మీద వొకటి వొకదాంట్లో యింకొకటి కనబడసాగినై ఏదో కలవరిస్తూ కలత నిద్దరలో వున్నాడు

ఎవరో గట్టిగా తలుపుతట్టిన శబ్దం

బ్రహ్మానందం వులిక్కిపడి లేచాడు ఎవరు? శశిరేఖా?

"డాక్టరుగారూ! డాక్టరుగారూ!"

మళ్ళీ గట్టిగా తలుపుతట్టారు

కళ్ళు నులుపుకుంటూ మెట్లుదిగి తలుపు తెరిచాడు

మాసినగడ్డం చిరిగిపోయిన చొక్కాతో ఒక నడికారు వ్యక్తి చేతిలోని మసక లాంతరును అటూ యిటూ తిప్పుతూ తలుపుతియ్యగానే రెండుమెట్లు కిందికి దిగి నమస్కరించాడు

"ఇంత అర్ధరాత్రివేళ ఏంపని?"

"మావాళ్ళు మందు తిన్నారు తమరు వెంటనే రావాలి?"

"మావాళ్ళంటే?"

'నా భార్య'

తన రెండు సంవత్సరాల ప్రాక్టీసులో యిలాంటి కేసుల్లో యిది ఆరోది తనకు బాగా జ్ఞాపకం

ఆ వచ్చినవాడు దీనంగా, వెంటనే బయలుదేరమని ప్రార్థిస్తున్నాడు

'డ్రైవరు యింటికెళ్ళాడు జట్కా పిలుచుకురా'

ఆ వ్యక్తి అటూ యిటూ ఆదుర్దాగా చూసి—

'జట్కాబండి కోసం చాలాదూరం వెళ్ళాలి నా భార్య చాలా ప్రమాదస్థితిలో వుంది నేను కారు నడపగలను' అన్నాడు

"నీవు డ్రైవరువా?'

"కాదు ఫిట్టరు పని చేస్తుంటాను డ్రైవింగు కొంత తెలుసు తమరు వెంటనే బయలుదేరితే

బ్రహ్మానందానికి అతడి ఆదుర్దా, విచారమూ చూస్తే జాలి కలిగింది

కారు షెడ్‌లో నుంచి రోడ్డుమీదికి వచ్చింది వెనకసీట్‌లో కూర్చుంటూ "నీ పేరేమిటి?" అని బ్రహ్మానందం ప్రశ్నించాడు

"రామస్వామి"

'చెప్పటం మరిచిపోయాను లెఫ్ట్‌హ్యాండు డ్రైవు జాగర్త"

కారు వేగంగా నడుస్తోంది బ్రహ్మానందం ఆలోచనలో పడ్డాడు తన గడ్డం యీ మాత్రం మాసినందుకే శశిరేఖ భరించలేక పోయిందే– మరి రామస్వామి గడ్డాన్ని చూస్తే ఎవరైనా ప్రేమించ గలరా?

అంత అసహ్యంగావున్న అతని గర్వాన్ని చూసి, భరించలేకే అతని పెళ్ళాం మందు తిన్నదా ? అడిగితే ?

'నీ భార్య మందు ఎందుకు తిన్నది?'

రామస్వామి చేతులూ, కాళ్ళూ వణికినై కారు రోడ్డంతా గుత్తకు తీసుకున్నది

"ఏదో చిన్న తగువు అంతే! మందు తినేసింది"

బ్రహ్మానందం మళ్ళ ఆలోచనలో పడ్డాడు

దాంపత్య జీవితంలో చిన్న తగవులు, బుల్లిగలాటాలు, యింకా ఆ సంబంధమైన ప్రణయకలహాలు, దంపతుల మధ్య ప్రేమను యితోధికం చేయటానికి ఎంతో తోడ్పడతై అని వాత్స్యాయనుడి దగ్గరనుంచి, ఎల్లిస్ వరకు చెప్పారుగదా మరి యీమాత్రానికి ఆమె మందు ఎందుకు తినేసివుంటుంది ? అసలు కారణం యింకోటైవుండాలి! ప్రశ్నిద్దామా ?

"నీవేమైనా గట్టిగా చేయి చేసుకున్నావా ?

కారు రోడ్డుమీది నుంచి సాంతం క్రిందికి దిగిపోయింది

బ్రహ్మానందం కంగారు పడ్డాడు ఏదో ప్రమాదంనుంచి బయట పడ్డవాడిలా తృప్తిపడ్డాడు డ్రైవింగు చాతకాకో, లేక భార్య ప్రమాదావస్థలో వుందనో, రామస్వామి గాభరా పడుతున్నాడు ఇక అతణ్ణి ప్రశ్నించకూడదు

బ్రహ్మానందం తిరిగి ఆలోచనలో పడ్డాడు

చూస్తూ చూస్తూ హాయిగా, ఆనందంగా గడపవలసిన జీవితాన్ని, మనుషులు మధ్యలో యింత బాధాకరంగా ఎందుకు అంతం చేసుకోవాలని ప్రయత్నిస్తారు ?

చచ్చిపోవటంలోనే ఆనందం, విముక్తి వుందనుకునేవాళ్ళు

తేలిగ్గా, సునాయాసంగా ఆ కార్యం సాధించుకునేందుకు ఎన్ని మందున్నేవు? భార్య చాలా బాధ పడుతున్నదని చెబుతున్నాడు ఆమె ఏ మందు తిని వుంటుంది? ఈ ప్రశ్న తను ఎప్పుడో అడిగి జవాబు తెలుసుకోవలసింది అది తెలుసుకోకుండా తను చేయబోయే చికిత్స ఏముంటుంది?

ఈ ఒక్క ప్రశ్న అడగాలి

"రామస్వామీ!"

స్టీరింగు వదిలేసి అతడు భయంగా వెనక్కు తిరిగి చూశాడు మళ్ళీ కారు రోడ్డుకిందికి దిగబోయే దశలో, ముందుగా జాగర్త పడ్డాడు

ప్రశ్నిద్దామా? వద్దా? బ్రహ్మానందం సందేహిస్తున్నాడు కారు రోడ్డంతా కలయ తిరుగుతూ, వేగంగా పోతోంది ఒకటి—రెండు మలుపులు, తరువాత పెద్దకాలవ బ్రిడ్జి

"ఏంమందు తిన్నది?" తనకు తెలియకుండానే నోరు జారింది

"గన్నేరు పప్పు, నల్లమందు, మంచి నూనె" తక్కిన మాటలు భయంకరమైన శబ్దంలో కలిసిపోయినై బ్రిడ్జి సైడున వున్న రెండు బలమైన యినపకమ్మీలు ఎగిరి కాలవలో పడినై

*　　　*　　　*

ఇంకో గంటలో టీపార్టీ తలుపుకు ఆ వైపున విపరీతమైన కోలాహలంగా వుంది నవ్వులు, హాస్యం అంతా అదో ఆహ్లాద ప్రపంచం మరి తనో—

నెలలూ రోజులూ లెక్కించసాగాడు ఆ తలుపుహారాత్తుగా శశిరేఖ చేతమూయబడి ఇప్పటికి ఆరునెలలపదహారురోజులైంది

ఇవ్వాళ యీ ఆనంద ముహూర్తంలో అది తెలుసుకుంటుందా? శశిరేఖకు తనంటే ప్రేమ లేక పోవచ్చు కాని ఎంత గౌరవం!

మాణిక్యారావును పెళ్ళి చేసుకోవటంలో ఆమె పొంగబడి వుంటుంది! వాడు! వాడు! తను ముఖమంతా కట్టు కట్టబడి ఆసుపత్రిలో పడివుంటే, పక్కన శశిరేఖ ఏడుస్తున్న దన్న జ్ఞానం లేకుండా ఆ రోజున పక్కకు తల తిప్పుకొని ఎంత ఆనందంగా వెకిలి నవ్వులు నవ్వుకున్నాడు!

ఈ ప్రపంచంలో తనకు యీ దురవస్థ ప్రాప్తించి నందుకు అందరి కంటే ఎక్కువగా సంతోష పడినవాడు మాణిక్యారావు కాని, అందరికంటే ముందు విచారాన్ని చూపించటానికి వచ్చింది కూడా వాడే!

అసలు ఆనాటిరాత్రి 'రామస్వామిని' అంటూ వచ్చింది వీడు కాదు గదా? బ్రహ్మానందం కుడిచేతి పట్టుమీద మంచంలో నుంచి లేచి అద్దంముందు కెళ్ళాడు ఎడమచేతి స్థానంలో ఖాళీ లాల్చి చేయి వ్రాగుతోంది చేత్తో క్రాపుసవరించు కున్నాడు

తలుపు అవతలి నుంచి శశిరేఖ నవ్విన ధ్వని మాణిక్యారావు ఏదో అంటున్నాడు

బ్రహ్మానందం అద్దానికి ఎదురుగా కుర్చీలో కూలబడ్డాడు.

"శశిరేఖతో నాపెళ్ళి సందర్భంగా యీ సాయంకాలం ఐదు గంటలకు జరగబోయేటీపార్టీకి తప్పక రాగోరేను

మాణిక్యారావుకు తనంటే ఎంత లోకువ! తన ప్రస్తుత దుస్థితికి ఎంతగా ఆనందిస్తున్నాడు! ఈ ఆహ్వానంలో ఎంత కొంటెతనముంది!!

కార్డును విసిరి నేలకు కొట్టాడు

తను ఏముఖం పెట్టుకొని (అసలు తన ముఖం ఏదీ!) అంత మంది ఆహ్వానితుల్లో కూర్చోగలడు?

తనకే యింత భయంకరంగా కనబడే తన రూపాన్ని శశిరేఖ ప్రేమించలేదు అంతవరకూ తను అర్థం చేసుకోగలడు

ఇంకా యీ స్థితిలో కూడా ఆమెను తనకు భార్యగా వుండమని కోరేటంత నైతిక పతనానికి తను దిగజారలేదు ఆమె ఎంతగానో ప్రేమించే, కాంక్షించే, ఆ ముక్కూ— గడ్డంతో పాటు చెంపలూ, చెవులూ, కూడా గుంటలు పడిపోయె! ఇలాంటి భయంకర రూపంతో తనువుండి కూడా—

ఒకసారి భార్య వయ్యావు కాబట్టి ఎల్లకాలం భార్యగానే పడివుండమని తను ఎలా ఆమెను అడగ్గలడు?

"ఈ తలుపుతో హద్దు చేసుకొని యీ వైపు భాగపు మేడంతా మాది అవతల బ్రహ్మానందం గారిది"

మాణిక్యాలరావు అప్పుడే 'మాది' అనేవరకు వచ్చాడు!

బ్రహ్మానందం తన గుండెల్ని ఎవరో గాలంవేసి గుంజుతున్నట్టుగా బాధపడ్డాడు దేవుడున్నాడనే నమ్మకం వున్నవాడయినా ఆ క్షణంవరకూ తను ఎప్పుడూ అతగాణ్ణి ప్రార్థించిన పాపాన పోలేదు కాని ఆ క్షణంలో ఏభావం ఏఆధ్యాత్మిక శక్తి అతణ్ణి పురికొల్పిందోగాని అతడు ఒంటి చేతిని పైకెత్తి—

"ఈశ్వరా! శశిరేఖ నా భార్యకాకుండా పోయిందనే విచారం నాకు లేదు కాని ఆమె ప్రవేశించిన యీ కొత్త జీవితంలో ఏ ఒడిదుడుకులు లేకుండా ఆమెను కాపాడు!" అని రెండు నిమిషాలు నిశ్చలంగా కళ్ళు మూసుకున్నాడు

రోజులు క్రమక్రమంగా గడిచిపోతున్నై బ్రహ్మానందం జీవితంలో ఏ మార్పూ లేదు కాలం గడిచినకొద్దీ తన కొత్త రూపానికి అలవాటు పడవలసిందిపోయి అతడువున్నకొద్దీ అసలు అద్దందగ్గిరకు వెళ్ళటానికే భయపడుతున్నాడు

శశిరేఖ తిరిగి పెళ్ళిచేసుకున్న తరవాత ఎపుడూ అతణ్ణి చూడటానికి రాలేదు కాని ప్రతిరాత్రి తలుపుకు ఆ వైపునుంచి ఆమె మధురమైన కంఠస్వరం వినబడుతూనే వుండేది బ్రహ్మా నందాన్ని ఆ ధ్వని ఆకాశంలోకి, క్రొత్తప్రపంచ సీమల్లోకి, తీసుకుపోతూండేది అలాంటిసమయాల్లో ఎన్నెన్నో భావాలు, ఆవేశాలు అతన్ని చుట్టుముట్టేవి కాని అప్పుడప్పుడు ఆమె శ్రావ్యమైన కంఠధ్వనితో మేళవించబడటానికి ప్రయత్నించే, ఆఖరికి మాణిక్యరావు గొంతు అతన్ని ఉద్రిక్తుణ్ణిచేసేది

పట్టణంలో స్ఫోటకాలు జాస్తీగా వున్నవని ఒకరోజున శశి రేఖ ఎవరితోనో చెపుతూవుండగా విన్నాడు

“నేను వాక్సినేషన్ చేయించుకోను జ్వరం వస్తుంది నాకు భయం”

“వాక్సినేషన్ చెయించుకో స్ఫోటకం అంటువ్యాధి!

తను తలుపుకు యీవైపునుంచి గట్టిగాఅరవాలనుకున్నాడు కాని అలాంటిసలహా యిచ్చే యోగ్యతా ధీమా తనకేదీ?

శశిరేఖ వాక్సినేషన్ చేయించుకోలేదు నాలుగైదు రోజుల తరవాత ఆమెకు జ్వరం వచ్చిందని మాణిక్యరావు ఎవరితోనో అనటం తనకు వినబడింది స్ఫోటకం కాదు గదా?

ఆ రాత్రి బ్రహ్మానందానికి నిద్ద పట్టలేదు ఏం జ్వరం అయి వుంటుంది?

రెండవ నాటికి అతనికి సంశయ నివృత్తి కలిగింది స్ఫోటక మనీ ముఖంనిండా కళ్ళల్లోను చాలాతీవ్రంగా పోసిందనీ మాణిక్యాలరావు ఎవరితోనో చెపుతున్నాడు

బ్రహ్మానందం బిగ్గరగా ఏడ్చాడు ఆ కళ్ళు-నక్షత్రాలను మరిపించే ఆవిశాల నేత్రాల్లో- ఆ పైన అతడు వూహించుకో లేక పోయాడు

ఇంట్లో ఎందరునౌకర్లు ఎన్ని చెప్పినా వరసగా మూడు రోజులు అన్నం ముట్టలేదు సరిగదా ఆఖరుకు మంచినీరుకూడా తాగలేదు ఏదోబాధ అతడి నరనరాల్నీ పట్టి పీడించసాగింది నాలుగోనాడు అతడికి స్పృహ తప్పింది

"టైఫాయిడ్ ! తిరుగుముఖం పట్టినట్టుంది"

ఎక్కడో ఏదో లోకాన్నుంచి ఎవరో మాట్లాడుతున్నట్టు బ్రహ్మానందానికి వినబడింది

ఆమె అంటోంది-

"టైఫాయిడ్ ఎవరికి ? శశిరేఖకా ? ఆమెకు స్ఫోటకం అన్నారుగా ?"

"ఆమెకు స్ఫోటకం నయమయింది ఒక కన్ను పోయింది మనం గుర్తు పట్టలేనంత వికృతంగా ముఖం తయారైంది ఎలాగైతేనేం బ్రతికి బయటపడింది మీరు టైఫాయిడ్ నుంచి గట్టెక్కారు యిప్పటికి ముప్పై "

"రోగి మంచం దగ్గిరనుంచి ఆ ముసలి దాన్ని బయటకు పంపండి !" ఎవరో గట్టిగా కేక వేశారు

శశిరేఖకు ఒక కన్ను పోయిందా ? కురూపిగా, వికృతంగా తయారైందా ?

తనకు టైఫాయిడ్ అనే మాటమాత్రం బ్రహ్మానందానికి గుర్తులేదు ఆమెకోసం—ఆమె ప్రస్తుత దురవస్థను తలచుకొని ఎంతోసేపు లోలోన దుఃఖించాడు

"మాపులకే వికారం పుట్టించేటంత అసహ్యంగా వున్న దానితో నేను కాపరం చేయలేను బొంబే పోతున్నాను" అన్నాట్ట మాణిక్యాలరావు మా అన్నయ్యతో

ఎవరో ఎవరికో తన మంచం దగ్గిర నుంచుని చెపుతున్నారు బ్రహ్మానందం యిక వాళ్ళ మాటలు వినదలచుకోలేదు తన ఒక్క చేతినీ తలచుట్టూ చెప్పుం కష్టంగా తిప్పుతున్నాడు

ఆ నాటినుంచి యిరవై రోజుల తరవాత, ప్రతి రాత్రి పది గంటలనుంచి తెల్లవారుఝాము నాలుగుగంటల వరకు— ఆ తలుపుకు యిరవైపుల రెండు భయంకర మానవ జీవాలు తిరుగుతూండేవి

బ్రహ్మానందం యీ వైపునుంచి తలుపు గడియ తీద్దామని దగ్గిరదాకా వెళ్ళి తన వికృత ముఖాన్ని తలుచుకొని వెనక్కి తిరిగి వెళ్ళేవాడు

శశిరేఖ ఆ వైపునుంచి గొళ్ళెం తీద్దామని దగ్గిరదాకా వచ్చి తన గుడ్డి కంటినీ, రోత పుట్టించే తన ముఖంమీది గుంటల్నీ, మచ్చల్నీ గుర్తుకు తెచ్చుకుని వెనక్కి తిరిగి వెళ్ళేది

ఆ తలుపు ఎవ్వరిచేతా తెరవబడలేదు!

సినిమా ఛాన్స్

నందయ్య ఇంతకాలంగా అనుమానిస్తున్నదంతా అక్షరాలా నిజమై వూరుకుంది!

"నీకు గొప్ప భవిష్యత్తు వుంది ఇదిగో యీ రేఖ చూశావ్?" అన్నాడు హెడ్ మాష్టరు అరచేతిమీద పెన్సిల్‌తో గీస్తూ

"ఆఁ ఆఁ!" అన్నాడు నందయ్య ఆశ్చర్యంగా! ఈ ముప్ఫై యేళ్ళలో తన అరచేతిని తనెప్పుడూ చూసుకోలేదన్నట్టు

"నీకు గొప్ప భవిష్యత్తు వుంది!" అన్నాడు హెడ్మాష్టరు మళ్ళీ

"ఈ టీచరు వుద్యోగంలోనే అంటారా?" అని అడిగాడు నందయ్య అనుమానిస్తూ

"ఈ టీచరు వుద్యోగంలో ఏముందోయ్? ఎన్నాళ్ళున్నా ఇక్కడ పిల్లలకు ఓనమాలు దిద్దిపెట్టవలసిందే?" అన్నాడు హెడ్ మాష్టరు

"మరి, నా భవిష్యత్తు ఎందులో నంటారు?"

"ఓరి పిచ్చివాడా?" అన్నాడు హెడ్మాష్టరు జాలిపడుతున్నట్టు

నందయ్యా వుక్కిరిబిక్కిరయ్యాడు తనభవిష్యత్తు ఎక్కడ? ఎందులో వున్నట్టు?

"రాత్రి ఉద్యోగవిజయాల్లో నీ కృష్ణపాత్ర చూశాను అందుకనే తెల్లారి నీచేతిని చూడాలని బుద్ధి పుట్టింది ఇప్పటి కైనా తెలిసిందా నీ భవిష్యత్తు ఎందులో వుందో?"

"ఆఁ ఆఁ! తెలిసింది తమరు చెప్పేది "

"నాటకరంగంలో అకాదు సినిమారంగంలో! నువ్వు కాస్త చొరవకనబరిస్తే-లక్షలు కొల్లగడించే అవకాశంవుంది"

"తమదయ!" అనిమాత్రం అనగలిగాడు నందయ్యా

"శుభస్య శీఘ్రం!" అన్నాడు హెడ్మాష్టరు

'నాకు చాలాకాలంగా యీ అనుమానం వుంది కాని మీరన్నట్టు—ఆ సాహసం చొరవా నాలో లేదు"

"నాకు తెలుసు నాకు తెలుసు!" అన్నాడు హెడ్మాష్టరు నవ్వుతూ "నువ్వు సినిమాల్లో చేరాలని చాలాసర్దా పడు తున్నట్టు విన్నయ్యా చెప్పాడు రాత్రి నీ కృష్ణవేషం చూసిం తరవాత శుభస్య శీఘ్రం"

నందయ్యా హెడ్మాష్టరుకు నమస్కరించి ఇంటికి బయలు దేరాడు తనది చిన్నప్పటినుంచీ అదృష్టజాతకమే అనేది ఇప్పటికి బాగా రుజువయింది పాపన్నకాపు కున్న ఐదుగురు సంతానంలో కడగొట్టువాడైన తనకొక్కడికి మాత్రమే ధర్డ్‌ఫారంచదివే యోగ్యత పట్టింది ఈ తాళ్ళ గరువులో ఒక్క కరణం శేషగిరిరావుతప్ప తనంత చదువు చదివినవాడు మరి లేడు!

చిన్నప్పుడు కంట్లో జిల్లేడుపాలు పడినప్పుడే తనభవిష్యత్తుకు పునాదులుకూడా పడివుండాలి పన్నెండేళ్ళ వయసులో కళ్ళజోడు పెట్టుకు తిరగవలసి వచ్చేసరికి

“ఏం పాపన్నా! నందిగాణ్ణి ఆ కళ్ళజోడుతో గొడ్లకాయిం చేస్తున్నావ్ రేపు పెద్దవాడై పార దమ్ము చేయవలసొచ్చినా ఆ కళ్ళజోడుతోనే చేయాలిగదా! ఎంతదారుణం? నన్ను చెప్పమంటే అది నిజంగా ఆ కళ్ళజోళ్ళు పెట్టుకునే వాళ్ళందరికే అవమానమంటాను ఒక్క జిల్లా కలెక్టరుకు తప్ప ఈ చుట్టుపట్ల మరెవ్వరికీ కళ్ళజోడులేదు వాడికి మంచి భవిష్యత్తుండే, ఆ కళ్ళజోడుపెట్టే యోగ్యత వచ్చి వుండాలి చదివించు— తప్పక చదివించు!” అన్నాడు పెద్దకరణం

అంతే! తను గొడ్లకాసేకర్ర నాగుజెముడుపొదలో పారేసి, పలకాబలపం పుచ్చుకుని సుబ్బయ్యావంతులు దగ్గిరకి బయలుదేరాడు

అంతా అదృష్టమే అనాలి! ఏడాది తిరక్కుముందే తాళ్ళగరువులో జిల్లాబోర్డువాళ్ళు స్కూలు స్థాపించారు ఎన్ని దండయాత్రలు కొడితేనేం ఇరవై యేళ్ళు వచ్చేసరికి తను ధర్డ్ఫారం ప్యాసై కూర్చున్నాడు

ఈ మధ్యకాలంలోనే తనకుఎందులో మాంచి భవిష్యత్తుందో ఆ కళారంగంలో తనకు చక్కని అవకాశాలు దొరికినై తనకు ఓంప్రథమంలో దొరికింది ప్రహ్లాదుడి వేషం

భుజంగం, ఆ హిరణ్యకశిపుడివేషంలో తనని హడలకొట్టడం యీ నాటికీ బాగా గుర్తే

"ఎవడవురా నువ్వు డింభకా?" అని భుజంగం అరిచేసరికి, తనకి ప్రాణం పోయినంత పనైంది 'నీ కొడుకునే, పెద్దొమ్మణ్ణి' అందామనుకున్నాడు కాని ఎదురుగా తండ్రి పాపన్న కనపడే సరికి తికమకపడి 'పాపన్నగారి సంటోణ్ణి!' అనేశాడు

ఆ రోజు నాటకం ఎంత రసాభాసయితేనేం? తనకు క్రమంగా కృష్ణపాత్ర వేసేవరకూ వరసగా అవకాశాలు చిక్కినై

"ఆహా, ఏమా పట్టుపీతాంబరాలు, ఆ నెమలి పింఛం! శూద్రోడైతే మాత్రమేం, అచ్చగా ఆ కృష్ణపరమాత్మ జ్ఞప్తికి వస్తున్నాడు!" అని పెద్దకరణంగారి నాయనమ్మ అనేసరికి తనకు కలిగిన సంతోషం యింతింతకాదు

* * *

నందయ్య వర్తమానాన్ని మరచిపోయి, యిలా భూత భవిష్యత్తుల్లో భుజాలురాసుకుంటూ ఇంటికొచ్చేసరికి, ముగ్గురు పిల్లలూ వచ్చి కాళ్ళు చుట్టవేసుకున్నారు

"అమ్మ తేగలు ఇవ్వనంటుంది" అన్నాడు వొహాడు "నా బలపం పిక్క సంటోడు మింగేశాడు నాకు బలపమే అయ్యా!" అన్నాడు యింకొకడు

నందయ్య గజిబిజిపడ్డాడు ముందు తేగలసంగతి ఆలోచించాలో, బలపం మింగినందుకు చిన్నవాణ్ణి నాలుగు తన్నాలో, వైద్యుడి దగ్గరకు తీసుకుపోవాలో అంతా మతిపోయేట్టయింది నందయ్యకు

ఏమీ జరగనట్టే ఇంట్లోకిపోయి, ఇంత పచ్చిపులుసుతో భోజనం ముగించి, హడావిడిగా స్కూలుకు వెళ్ళిపోయాడు

ఆ సాయంత్రం ఐదుగంటలకు తిరిగొచ్చేటప్పుడు హెడ్మాష్టరు మళ్ళీ హెచ్చరించాడు "కొంతచొరవా, సాహసం కలిస్తే నీ భవిష్యత్తంతా బంగారుమయమే! తెలిసిందా?" అన్నాడు

ఇంటికి వస్తూ వస్తూ దారిలోవున్న దానయ్య కిల్లీకొట్లో నాలుగు బత్తాయికాయలు కొనాలనుకున్నాడు నందయ్య తను సినిమాల్లో చేరాలంటే కొంత అందంగా, నాజూగ్గా కనబడాలి తప్పదు

"దానయ్యా! ఓ నాలుగు బత్తాయిలు ఇవ్వు" అంటూ కొట్టుముందుకెళ్ళి, చేయి చాచాడు నందయ్య

"ఆఁ ఏమిటీ? బత్తాయిలే!" అన్నాడు దానయ్య బిత్తరపోతూ కొట్టుముందు బెంచీలమీద కూర్చున్న నలుగు రైదుగురు వ్యక్తులూ తెల్లపోయారు

"ఏమిటి నందయ్యా! ఏమిటీ నువ్వడిగేది?" అన్నాడు వాళ్ళల్లో వొహాడు

"బత్తాయి కాయలోయ్, బత్తాయికాయలు! ఎందుకంత ఆశ్చర్యం?"

"డి యి ఓ వస్తున్నాడా?" అన్నాడు వొహాడు

"డి యి ఓ తప్ప నేనేమీ మనిషినే కాదంటావ్! ఆఁ?" అన్నాడు నందయ్య

కొట్లోకూచున్న దానయ్యా, ఆ నలుగురూ మొహామొహాలు చూసుకున్నారు అంతపెద్ద సంసారాన్ని నలభై రూపాయల జీతంతో ఈదుకొస్తున్న నందయ్య హఠాత్తుగా కాయ ఒకటి మూణ్ణాలు పెట్టి బత్తాయిలు కొనడమంటే, వీడికి ఏమన్నా పోయేకాలం వచ్చిందా అనిపించింది

"ఏమైనా లాటరీ గెలుపు "

"లంకిణీబిందెలు దొరికివుంటయ్యోయ్" అని నవ్వేశాడు ఒహాడు

"లాటరీకాదు లంకిణీబిందెలుకాదు, సినీమాల్లో చేర బోతున్నాను ఏం!" అన్నాడు నందయ్య కాలు గువ్వుతూ

"ఏ సినిమాలో!" అంటూ అప్పటివరకూ అంతా వింటూ పూరుకన్న దానయ్య ప్రశ్నించాడు

"ఏ సినిమాఅయినా సరే– నాయిష్టంవచ్చిన సినిమా!"

నందయ్యకు ఈ ప్రశ్నలు, వాళ్ళ వాలకం, కంపరం ఎత్తించినై ఇలాంటి పల్లెటూరి బైతులమధ్య అంత చదువూ చదివిన తను, ఇంతకాలం ఎలా బగ్గలిగానా అనుకున్నాడు

"సినిమాల్లో చేరటానికి బత్తాయికాయలకూ లంకేమిటి?" అన్నాడు ఒహాడు నిలదీసినట్టు

నందయ్యకు ఇక డబాయిస్తే లాభంలేదని తెలిసి పోయింది చుట్టుపట్ల నాలుగామడవరకూ, తనంత చదువు చదివినవాడు లేడని వూళ్ళోవాళ్ళందరికీ తెలుసు తాళ్ళగరువు హెడ్మాష్టరేం చదివాడో ఎవరికీ తెలియందికాదు కనక అసలుసంగతే చెప్పేద్దామనుకున్నాడు

"నేను ఈ పల్లెటూరి బడిపంతులు బతుకు వెళ్ళబోసేకన్న, సినిమాల్లోచేరితే మంచి భవిష్యత్తు వుందని హెడ్మాష్టరుగారు చెప్పారు నా చేతిలోవున్న ఈ రేఖ చూశారా?" అన్నాడు చేయిచూస్తూ

"ఓహో అదా కథ!" అన్నాడు దానయ్య చూస్తూ

అక్కడ కూర్చున్న నలుగురూ, దానయ్య నందయ్యలను చుట్టుముట్టారు నందయ్య గర్వంగా తన చేతిలోని ఓ గీటును చూపిస్తూ—

"ఇదీ మన భవిష్యత్తు నిర్ణయించబోతోంది హెడ్మాష్టరు గారు చెప్పారు ఇక కావలసిందల్లా, కాస్త సాహసం చొరవా! తెలిసిందా?" అన్నాడు

"ఆ రేఖకీ బత్తాయికాయిలకీ సంబంధ మేమిటి?" అన్నాడు దానయ్య

నందయ్య కోపంగా అందరికేసీ చూసి—

"మన మంచిచెడ్డలికీ, ఆ పైనతిరిగే గ్రహాలకీ సంబంధం వుందని బహుశా మీ బోటిగాళ్ళ కెవరికీ తెలీదు అట్లని మన ప్రయత్నం లేకుండా ఏమీ కాదు ఇక బత్తాయికాయిలంటారా అవి శరీరానికి, కాంతినీ, పుష్టినీ ఇస్తవి గనక—సినిమాల్లో చేరే ముందు తింటే మంచిదనుకుంటున్నాను" అన్నాడు పాఠంచెప్పే ధోరణిలో

"తెలిసింది, తెలిసింది!" అన్నారు అందరు

"ఐతే, ఇక ఆ బత్తాయికాయలు నాలుగూ యిటు పడెయ్!" అన్నాడు నందయ్య

"కాని, ఒకాటి నందయ్యా! సినిమాల్లో పెద్దవేషమే వేస్తావా?" అన్నాడు దానయ్య

"ఓ ఎంతపెద్ద వేషమైనా వేస్తాను రాజు అది దొరక్క పోతే మంత్రి కథానాయకుడు అది కాకపోతే వాడి స్నేహితుడు అంతకంటే ఇక కిందకొచ్చేది లేదు"

"ఏదో వూరికి ఇంతపేరు తీసుకురా!" అన్నాడు ఒకాడు

"పాపన్న పేరు నిలబెట్టు!' అన్నాడు మరొకాడు

"పెళ్ళాంబిడ్డలకు యేళకింత కూడుపెడితే అదే పదివేలు!" అంటూ దానయ్య బత్తాయిలు నందయ్య చేతిలో పెట్టి, డబ్బులు గల్లాలో వేసుకున్నాడు

ఆ నాలుగు బత్తాయికాయల్ని, పైపంచలో కట్టి యింటికెసి బయలుదేరాడు నందయ్య తాళ్ళగరువులో పుట్టి పెరిగిన పాపన్న కడనారోడు, తారాపథానికి వెళ్ళడమంటే, నిజంగా అది తెను బళ్ళో చెప్పే సప్తాద్భుతాలతో సమానమైనదే అదృష్టవంతుణ్ణి ఎవడు చెడగొట్టగలడు కనక!

ఇంతకీ ఈ ముప్ఫైయేళ్ళ వయసులో తనకు కథానాయకుడి పాత్ర దొరుకుతుందా? తను గతి యేడెనిమిదేళ్ళనుంచీ పాత గిలి పోయిన ఆడముఖాలతోనే యాక్టు చేయవలసి వస్తుందేమో హస్తసాముద్రికం, గ్రహబలం అంతా వుండి, ఆ ఒక్క డైరెక్టరు గారిదయ కలక్కపోతే తను పాతచింతికాయ పచ్చడితోనే తృప్తిపడి వూరుకోవలసి వస్తుంది అయినా ఫరవాలేదు డబ్బు, కీర్తి పేరుకు పోతూంటే ఇదేమంత బాధగా వుండదు

ఆ రాత్రి, తెచ్చిన ఆ బత్తాయికాయల్ని అంతా నిదర పోయిన తరవాత దొంగతనంగానే తినేందుకు తయారైయ్యాడు నందయ్య తీరా కాయవలిచి ఓబద్ద నోట్లో పెట్టుకోబోయేసరికి పెళ్ళాం రానేవచ్చింది

"ఏమిటీ యీ బత్తాయికాయిలూ యిదీ!" అంటూ నిలువుగుడ్లు వేసింది

"నేను సినీమాల్లో చేరదామనుకుంటున్నాను" అన్నాడు నందయ్య గుటకలు మింగుతూ

"సినిమాల్లోనా ? సినిమాల్లో! అయితే బత్తాయికాయలెందుకు ? చంటివాడికి పాలడబ్బా కొనేందుకే డబ్బుల్లేక చస్తూంటే ”

"నేను కడుపాత్రం కొందికీ తింటున్నాననుకున్నావా ? శాస్త్ర నీటుగా కనపడాలి సినీమాల్లో చేరాలంటే ”

"ఒహో! అప్పుడు సినిమావాళ్ళతో ఊరేగొచ్చు నేను చచ్చినా ఒప్పుకోను ఆ గాడిబావిలోపడి చచ్చింతరవాత నువ్వు వాళ్ళతో కులుకుదువుగాని ”

భార్య అన్న ఆ మాటలు నందయ్య గుండెలకు కత్తిపోటుల్లా తగిలినై 'నీముఖానికి సినిమా వేషంకూడానా ? పిచ్చేమైనా పట్టిందా ? అన్నా అంతబాధ వుండేదికాదు తను సినీమాల్లో వేషంవేయడం అంతా నిశ్చయమై పోయినట్టే– ఆమె బాధపడుతోంది అంతా గ్రహబలం, తన అరచేతిలోని రేఖాప్రభావం అనుకున్నాడు

"ఒట్టు! నీమీద ఒట్టు" అన్నాడు నందయ్య శాంతంగా

"నామీద ఒట్టేమిటి ? నేను చావకుండా బతికున్నాననా ?" అన్నది భార్య

"అదికాదు ఈ తళ్ళగరువు పాపన్న వంశంలోనే పరస్త్రీని కన్నెత్తి చూసేవాడు యింతవరకూ పుట్టలేదు ఆఖరికి నీసంగతిచూసినా నీకు తాలికట్టేవరకు నిన్నో పరస్త్రీగానే చూశాను తెలుసుగదా !" అన్నాడు

"పాపన్న వంశంలో పుట్టినవాడెవడూ యింతవరకు గ్రామ పొలిమేరదాటి పోలేదు ఒకసారి పొలిమేర దేవత హద్దుల్లోంచి పోయాక, పాడుబుద్ధులు పుట్టవని నమ్మకమేంటి ?

భార్య భోరు భోరు మని ఏడుస్తూంటే, నందయ్యకు ఆబత్తాయి కాయలు నయించినవికావు భార్య చేతులో చేయివేసి బాస చేద్దామనిపించింది "నేను ఏకపత్నీవ్రతుడుగా వుంటాను ఒట్టు నీచెయ్యి యిటివ్వు!" అన్నాడు నందయ్య

"ఏకపత్నీలేదు, రెండుపత్నీలేదు నువ్వెక్కడ నేనిక్కడ అయ్యో, నేనునిలువునా చావక యెందుకు బతికున్నాను?" అంటూ తలబాదుకోనాగింది

"నాకొచ్చే కీర్తిలో నీకూ పాలువుంటుంది!" అన్నాడు నందయ్య బతిమాలుతూ

"ఓహో! అలాగేం!" అన్నది భార్య

"నా కొచ్చేడబ్బులోనూ భాగం వుంటుంది"

"డబ్బు, డబ్బు! ఎంతడబ్బు" అంటూ కళ్ళెత్తి చూసింది

"లక్షలు, కోట్లు! ఈ మాట నేను చెప్పటంకాదు హెడ్మాష్టరుగారే చూసిచెప్పారు ఇక్కడ ఇక్కడ "

నందయ్య అరచేతిని భార్య కళ్ళముందుకు చాపాడు

"ఇక్కడేముంది! ముఖం నా పాడుముఖం!" అన్నదిభార్య

"ఉండేదంతా ఇక్కడేవుంది ఆగీట్లు, రేఖలు చూశావ్ మన భవిష్యత్తంతా, అంటే మనముందు ముదంతా అక్కడేవుంది!"

"అంటే నూనెగుడ్డలోళ్ళు చెప్పారా సాముద్రికం?" అన్నది భార్య

"నూనెగుడ్డలోళ్ళుకాదు ఇంగ్లీషు, సంస్కృతం తెలుగు అన్నీ బాగా, చదువుకున్న హెడ్మాష్టరుగారు చెప్పారు నేను పరాయి స్త్రీని కన్నెత్తయినా చూడనని ఒట్టు పెడుతున్నాను సినిమాల్లో ఎంత అందంగల హీరోయిన్నయినా సరే!"

"నాతోడూ? "

"అవును, నీతోడు "

"మన సంటోడితోడూ? "

"అవును అందరితోడు ఈ యిల్లూ, ఈ వూరూ, గ్రామ దేవత పెద్దేటమ్మా అందరితోడు సరేనా?" అన్నాడు నందయ్య కొంచెం విసుగ్గా

"సరే, అయితే! నువ్వు సినిమాల్లో చేరగానే నన్నూ అక్కడికి తీసుకెళ్ళాలి ఆ బత్తాయిలు నేనే వలచిపెడతాను ఇటివ్వు" అన్నది భార్య ప్రేమగా

తెల్లారగానే నందయ్య హెడ్‌మాష్టరు ఇంటికి వెళ్ళాడు

"మద్రాసు వెళ్తున్నాను ఓ పదిరోజులు సెలవు ఇప్పించండి" అని అడిగాడు

"పదిరోజులు సెలవా! యెందుకు?" అన్నాడు హెడ్మాష్టరు

"ప్రయత్నంలో నెగ్గి సినిమాలో అవకాశం రాకముందే ఏ నెలరోజులో సెలవుపెట్టడం మంచిదికాదుగదా! అందుకని"

"ఓరి పిచ్చినందయ్యా!!' అన్నాడు హెడ్మాష్టరు పొట్ట చెక్కలయ్యేలా నవ్వుతూ "ఇంకా యీ పల్లెటూరి బడి పంతులు వుద్యోగంలోనే వుండాలని వున్నదన్న మాట అదృష్టం అందలాలవైపుకు లాగుతూంటే, బుద్ధి గొంగళీమీదకు పోతుం దన్నమాట ఆఁ!" అన్నాడు

"ఐతే ఓ నెలరోజులు "

"పరీక్షలకుముందు సెలవు ఎలాదొరుకుతుంది? పైగా పట్టీ పట్టనట్లు ప్రయత్నిస్తే ఏపనులూకావు అందుకే నీచెయ్యి చూసి నప్పుడే చెప్పాను ధైర్యమూ, సాహసం కావాలని!"

"ఐతే, నేను రిజిగ్నేషను ఇస్తున్నాను" అన్నాడు నందయ్య ఏ గ్రామదేవతపూని ఆ పలుకులు పలికించిందో మరి

ఆ రాత్రి మెయిల్ కే నందయ్య మద్రాసు బయలుదేరాడు పెళ్ళాం హెచ్చరికలమీద హెచ్చరికలు చెప్పింది అందమైన ఆడవాళ్ళు వేసే పేచీలన్నీ ఏకరువు పెట్టింది 'నీలో ఏమైనా నిబ్బరం తగ్గేట్టుంటే, నన్నూ నా రూపాన్నీ మనసులో తలుచుకో' అని సలహా యిచ్చింది

భార్య మాటలు, తన భవిష్యత్తుమీది నమ్మకం, తెచ్చిపెట్టుకున్న చొరవ, సాహసం రెక్కలు కాగా పక్షిలా ఎగిరి మద్రాసులో వాలాడు నందయ్య

మొదటినాడే 'ఎక్కడ మకాంచేయటం?' అనేది నందయ్యకు పెద్దసమస్య అయికూరుకుంది రోజుకు ఐదురూపాయలు మూడు, రెండు, అంతకు తక్కువ అద్దెకున్న రూములే కనపడలేదు రామస్వామి సత్రవా కన్నయ్యసెట్టి సత్రవా చీమ దూరే ఖాళీకూడా లేకుండా వున్నయి ఇప్పు డేంచేసేట్టు?

హైకోర్టు బీచీలో కూచుని, తన దగ్గిరవున్న డబ్బంతా అణాలు, పైసాలతో లెక్కపెట్టాడు అంతాకలిస్తే యాభై నాలుగు రూపాయల చిల్లర ఎందుకైనా మంచిదని నాయనమ్మ, మనవరాలి కోసమంటూ దిగవిడిచిపోయిన రెండు గోట్లూ తెచ్చాడు అవి అమ్మితే ఓ పాతిక రూపాయలు రావొచ్చు

సరే, నందయ్య స్టూడియోలకేసి బయలుదేరాడు తను మొట్టమొదట చూద్దామనుకుని వెళ్ళిన స్టూడియోముందు NO Vacancy అన్నబోర్డు కట్టివుంది నందయ్య గతుక్కు-

మన్నాడు. ఆదిలోనే హంసపాదా అనిపించింది అయినా సాహసేలక్ష్మి!

"డైరెక్టరుగారు వున్నారా?" అని అడిగాడు అక్కడ రూంలో కూచున్న ఒకర్ని

"ఏ డైరెక్టరుగారు?" అన్నాడు అతను కనుబొమలు చిట్లిస్తూ

"సినీమాలు తీస్తారే, వారు!" అన్నాడు నందయ్య గుండె బిగువుగా

"ఓహో అదా! అలాంటి వారెవరూ ఇక్కడ వుండరు యిది స్టూడియో ఐనా యేం పని?" అన్నాడు అతను అనుమానంగా

"ఉద్యోగంకోసం "

"ఏంవుద్యోగం? నోవేకెన్సీ బోర్డు చూడలేదా?" అన్నాడు అతను కోపంగా

"ఉద్యోగం అంటే మామూలు వుద్యోగంకాదు సినిమాలో వేషానికి వచ్చాను" అన్నాడు నందయ్య తెలిసిందా అన్నట్టు

"ఓహో, తమపేరు వి నాగయ్యగారో లేక రాజ్‌కపూరో అనుకుంటాం! అరే జంగ్‌బహద్దర్ వీ వీ వీణ్ణి ఊం!" అన్నాడు నందయ్యకేసి చూస్తూ

గూర్ఖావాడు దగ్గిరకి రావడం చూసేసరికి నందయ్యకు పైప్రాణం పైనేపోయినట్టయింది భార్యా, పిల్లలూ ముఖ్యంగా ఆ చిన్నవాడు అంతా గుర్తుకొచ్చారు గూర్ఖా సమీపించకముందే అక్కడినుంచి రోడ్డుమీదికి గెంతేశాడు

తరవాత ఏంచేయడం అనేది పెద్ద సమస్యలా తయారైంది పేరు మోగినవాళ్ళు అని తను అనుకున్న ఒకరిద్దరు యాక్టర్ల దగ్గరకు వెళ్ళాడు

మీకు స్టేజి అనుభవం వుందా ?" అని అడిగాడు ఒక యాక్టరు

"లేకేమండీ, వుంది, మా తాళ్ళగరువులో ఏ నాటకం వేసినా నేనే హీరోపాత్ర ధరిస్తుంటాను వుద్యోగవిజయాలూ సతీసక్కు యింకా "

"చాలు చాలు! నమస్తే!" అనేశాడు ఆ యాక్టరు

మరోయాక్టరుదగ్గిరా యిదేకథ మొదటివ డిలాగానే అన్ని ప్రశ్నలూ అడిగి వుపరి "పాడగలరా?" అన్నాడు

నందయ్య తను బాగా పాడగల ననుకున్న పద్యం ఎత్తి 'ఆలును బిడ్డ లేడ్వ తిఁజాఁను నెత్తురుకూడు మాధవా!' అంటూ రాగయుక్తంగా ముగించాడు

ఆ యాక్టరు నవ్వేశాడు "మీరు త్వరగా యిక్కడినుంచి తాళ్ళగరువు వెళ్ళిపోవటం మంచిది ఇక ఇక్కడ ఆలస్యం చేశారంటే నెత్తురుకూడు కాదుగదా ఆఖరికి ఎంగిలికూడు కూడా దొరకదు నమస్తే" అన్నాడు లేస్తూ

నందయ్య మళ్ళీ రోడ్డుమీదికు వచ్చాడు కథ యిలా అడ్డం తిరిగిందేమా అనిపించింది అదృష్టం ఎంత హఠాత్తుగా తన మీదికి ఎక్కికూచుందో అంత హఠాత్తుగానూ దిగిపోయిందని తోచింది ఒకవేళ తనచేతిలోని ఆ రేఖ తారుమారయిందా? అరచేతిని బాగాపరీక్షించుకున్నాడు ఆ రేఖ అక్కడే, మద్రాసు దుమ్ముతో కలసి ఇంకా స్పష్టంగా కనపడుతోంది

నందయ్య మరికొన్ని స్టూడియోలు తిరిగాడు పెద్ద యాక్టర్లని తెలుసుకున్న మరికొందర్ని చూశాడు ఆఖరికి తన అరచేతిలోని గీతలను తనకు సినిమారంగంలోవున్న భవిష్యత్తును గురించికూడా చెప్పాడు! కొందరు పిచ్చివాడనుకున్నారు మరికొందరు పిచ్చి ప్రారంభించింది అనుకున్నారు

నందయ్య జేబులో డబ్బు కాస్తా అయిపోయింది నాయనమ్మ తాలూకు గోల్డుకూడా అమ్మేశాడు ఆ డబ్బూ అయిపోయింది ఆఖరి రెండురోజుల్లో ఒకరాత్రి కూంనది కట్టమీదా మరో రాత్రి అడయారు బీచీగోనూ పడుకుని, టిక్కెట్టు లేకపోయినా సాహసించి సెంట్రల్ స్టేషన్‌లో ఎక్స్‌ప్రెస్ ఎక్కాశాడు

తిరిగి స్వగ్రామం వచ్చేసరికి అంతా చక్కబడుతుందనీ తన బాధలన్నీ మర్చిపోవచ్చుననీ అనుకున్నాడు నందయ్య హెడ్మాష్టరు తనను అమాయకుణ్ణిచేసి, దద్దమ్మక్రింద ఆడించాడా అన్న అనుమానంకూడా కలక్కపోలేదు అతడికి ఏదియేమైనా తను మళ్ళీ ఆ టీచరు వుద్యోగంలోనే కొంతకాలం గడపవచ్చుననుకున్నాడు

గ్రామం చేరేసరికి అందరూ అతణ్ణి వింతగా చూడసాగారు తను ఖాళీచేసిన స్థానంలో హెడ్మాష్టరుగారి అల్లుణ్ణి టీచరుగా నియమించినట్లు తెలుసుకున్నాడు భార్య లబోదిబో మంటూ తల బాదుకోసాగింది

నందయ్య సరాసరి హెడ్మాష్టరు దగ్గరకు వెళ్ళాడు అతణ్ణి చూస్తూనే హెడ్ మాష్టరు ముసిముసి నవ్వులు నవ్వాడు

"మీ జ్యోతిష్యం ఫలించలేదు నా వుద్యోగం పోయింది యిక నాగతేంకాను?" అని ప్రశ్నించాడు నందయ్య

"ఓరి పిచ్చినందయ్యా!" అని బిగ్గరగా నవ్వాడు హెడ్ మాష్టరు "నా జ్యోతిష్యంలో లోపం యేమీలేదు నీలో చొరవా, సాహసం లోపించాయి రిజిగ్నేషన్ యిచ్చిం తరవాత బోర్డువాళ్ళు మళ్ళీ నీకు టీచరు వుద్యోగం ఎలానూ యివ్వరుగదా! ఆ ఖాళీలో వేసినవాడు నా ఆరో అల్లుడై వుండటం నాతప్పుకాదు ఈనాటికీ అంటున్నాను నీ భవిష్యత్తంతా సినీమారంగంలోనేవుంది నీ అరిచేతిలోని ఆ రేఖ "

నందయ్య తల వేలాడవేసుకుని ఇంటికి వెళ్ళాడు పెళ్ళాం పొయ్యిరాజేసి అప్పటికి నాలుగురోజులైంది పిల్లలు వొకటే గోల పెళ్ళాం అన్నది—

"వ్యవసాయ తరుణంగదా! పారదమ్మ కెళ్ళినా రోజుకు పదణాలకూలీ వస్తుంది ఈ నెలరోజులపాటూ "

"ఈ కళ్ళజోడుతోనా?" అంటూ పళ్ళుకొరికాడు నందయ్య

"ఏంపాయే కళ్ళజోడు తీసేసి వెళ్ళు!" అన్నది పెళ్ళాం

'కళ్ళజోడు తీసేస్తే పారకీ, పలుక్కీ తేడాతేలీదే! ఎంత ఖర్మపట్టింది! అనుకున్నాడు నందయ్య

ఆ రోజు పెద్దకరణం చేలోనే పారదమ్ముకు వంగాడునందయ్య

"ఎవడ్రా వాడు? కళ్ళజోడు పెట్టుకుని పారదమ్ముకొచ్చాడు!" అంటూ గద్దించాడు పెద్దకరణం

"నేనండీ పాపన్న చిన్నకొడుకుని "

"ఓరి వెధవా! కళ్ళజోడూ నువ్వూ, పారదమ్ము చేసేదేమిటి? లే, లే పదణాలు దండగ!" అన్నాడు పెద్దకరణం

కళ్ళజోడు తీసి చేనుగట్టుమీద పెట్టి, నడుం వంచాడు నందయ్య

కల - నిజం

జీనాన్ని తిప్పుకుంటూ, తోలగనెట్టుకుంటూ, గౌరిగాడు గేటుదాటి బయటికి వచ్చాడు పిండారబోసినట్టుగా తెల్లని వెలుగును వెదజల్లే ఎలక్ట్రిక్ లైట్లు వెనకా సోలుపుగా రోడ్డు మీద అంతా గౌరిగాడికి అదో తెలియని తీయని కొత్త ప్రపంచంలోకి జొరబడుతున్నట్టుగా తోచింది

సినిమాలో కథానాయకుడు, కథానాయకి పాడిన ఆ పాట ల్లోని ఏ ఒక్క చరణమూ సొంతంగా గొంతుకు పట్టకపోయినా, మొత్తం కథలోని ప్రేమ—శృంగార రసాలూ, ఆ ఘట్టాలూ నిండుగా అతడి వంటికి తైలమర్దనంలా పట్టుకుని యింకిపోయినై

సినిమా కథానాయకుడిలానే గౌరిగాడికీ ఏదో తెలియని బాధా మదిలో కళ్ళు తెరుస్తూన్న కలవరం గురివింద తీగల్లా అన్నివైపులనుంచీ గుబుకున్నయ్

రోడ్డుకు ఓ ప్రక్కగా కాళ్ళీడ్చుకుంటూ నడిచే గౌరిగాడు, మనస్సును ఊహా ప్రపంచంలోకి పరిగెత్తించాడు

కథానాయకి సుగంధిని నిజంగా రాజు కూతురులానే అందమైంది తాను కట్టుకోబోతున్న పెళ్ళాం ఆ మాటకొస్తే ఫాదిరీ కూతురు ఎంజలమ్మకూడా, ఆ అందం ముందు పొగ చూరిన కట్టెపేడుల్లా కనబడతారు అయినా అంత అందంగల రాజకూతురు తండ్రిదగ్గిర బంట్రోతుగిరి చేసేవాడి కొడుకును ప్రేమించడం

అతడు నిలబడ్డాడు రోడ్డు ప్రక్కన చింతచెట్టు కింద వదిలి వచ్చిన బండి వంక చూశాడు గుండెలు గతుక్కుమన్నయ్ మోకాళ్ళల్లో పట్టు సడలినట్టయింది చింతచెట్టు గుబురు కొమ్మల కింది పల్చని చీకటిలో తన యజమాని ఎడ్లను అదిలిస్తున్నాడు

గౌరిగాడు గబగబ నడిచాడు సినీమాలోని రాజు కూతురు అతని మనోకాశంలోని మబ్బుల చాటుకు మాయమైంది

"ఏంరా! వొళ్ళు బలిసిందా! ఇప్పుడుదాకా ఏంచేస్తున్నావ్?"

గౌరిగాడు గజగజ లాడాడు యజమాని సీతయ్య చేతిలో చర్నాకోలుకోసం కళ్ళు కుంచించి చూశాడు

"వెధవాయికి సినిమా చూసి మతిచెడింది కామాలు!"

శాంత నవ్వుతూనే అంది— మళ్ళీ ఫక్కున నవ్వింది తల్లి సూరమ్మ కూడా వంత నవ్వింది ఒక్క సీతయ్య మాత్రం నవ్వకుండా గట్టిగా గదమాయించాడు

"బండి కట్టు! ఊఁ! తొందరగా"

గౌరిగాడు తలవంచుకునే ఎడ్లను కాడి కిందకు లాగాడు అవి రాక మొరాయించినై

"ఓరి గాడిదా! ఎలపటా దాపటాకూడా మరచిపోయావా!" సీతయ్య పళ్ళుకొరికాడు శాంత మళ్ళీ ఫక్కున నవ్వింది తల్లి సూరమ్మ మాత్రం చూస్తూ వూరుకున్నది

గౌరిగాడు తొట్లో కూర్చుని బండి తోలుతున్నాడు శాంతా, సూరమ్మా సీతయ్యా వెనక జల్లలో సవారికింద కూర్చుని మాట్లాడుకొంటున్నారు శాంత మధ్య మధ్య నవ్వుతూనే వుంది

ఎడ్లు అదిలించకుండానే వేగంగా నడుస్తున్నయ్ గౌరిగాడికి శాంత మధ్య మధ్య నవ్వినప్పుడల్లా, శరీరం కుదిలించి నట్టవుతోంది ఆ నవ్వు అచ్చుగా సినీమాలో రాజకూతురు నవ్వులాగేవుంది

చవితినాటి చంద్రుడు ఆకాశంలో మేఘాలమీదగా-కిందగా పరవళ్ళు తీస్తున్నాడు ఎలక్ట్రిక్ దీపాలూ రణగొణధ్వనులూ లేని పల్లెటూరి రోడ్డుమీదుగా బండి కుదుల్తూ కదులుతోంది రోడ్డుకు యిరువైపులావున్న తుమ్మచెట్లమీంచి విరగపూసిన తుమ్మ పువ్వుల మదపువాసన గౌరిగాడి నాసికా రంధ్రాలను తాకి శరీరాన్ని వుడుకెత్తిస్తోంది నూగు మీసాలమీద అరిచేతిని రుద్దుకుని ఎడ్లను గట్టిగా అదిలించి తిరిగి ఊహా లోకాల్లోకి ఎగబాకాడు

ఆ మునునాటిరాత్రి సగం నూర్చిన కుప్పపక్కన, తడీపొడీగా వున్న నూర్పిడి గడ్డిలో వెల్లకిలా పడుకుని, గౌరిగాడు ఆకాశంలోకి చూస్తూ తిరిగి సినీమా చూడసాగాడు

ఒక్కొక్క దృశ్యమే అతడికళ్ళముందు పంచమినాటి చంద్రుడి కాంతిలో కదిలింది

'ప్రేమకు బిదా—పేదా, తేడా లేదు ”

“మానాయన దగ్గిర నౌకరీ చేసేవాడి కొడుకునైతే మాత్ర మేం! నీ సాహసం ధైర్యం ” రాజు కూతురు పక్కకు తలతిప్పి గుబురుగావున్న తెల్లని పువ్వుల చాటున పకపక్కన నవ్వింది

గౌరిగాడు అదిరిపడి లేచాడు అతడి నరనరలూ సాగనార తాడులా కరు కెక్కినై నూనూగు మీసాలు నాగుజెముడు ముళ్ళలా నిటారుగా నిలబడి పదు నెక్కినై

“ఆ నవ్వు! ఆ నవ్వు!”

గౌరిగాడు అరిచాడు వెలుగును చూచిన ఖైదీలా, పరమ సత్యాన్ని కనుగొన్న తపస్విలా, ఆనందంతో గొంతెత్తి పాడాడు ఆ పాటకు ఎండిన వరిదుబ్బుల్లో నుంచి నాముపిలకలు పుట్టి బయటికి తొంగి చూసినై చేలగట్లూ, నెర్రుల్లో దాక్కున్న బుర్రి పిట్టలూ, కలుగుల్లోని తాచుపాములూ, పెరిగి రెక్కలు విదిలించుకుని మెలికలు తిరిగినై

గౌరిగాడు, ఆకాశంలోని చంద్రుడివంక చూస్తూ ఊరి వైపుకు గొంతెత్తి పాడాడు ఆపాట సీతయ్య సడవాయింటి సీనారేకు గొట్టాలగుండా శాంత గదిలోకి ప్రవేశించి ఆమెను వుక్కిరి బిక్కిరి చేసి ఫక్కున నవ్విస్తుందని అతడి ఆశ

తెల్లవారింది నూర్పిడి జోరుగా సాగుతోంది గౌరిగాడు బంతి తిప్పుతున్నాడు ఎడ్లు, ఆవులతోపాటు, అతడూ శరీరాన్ని గానుగ ఎద్దులా గిర్రున కుప్పగడ్డిలో తిప్పుతున్నాడు మనస్సు మాత్రం తన యజమాని కూతురు శాంత వోణీలోని అన్ని మడతల్లో, పొరల్లో గిర్రున తిరుగుతూ కితకితలు పెడుతోంది,

"ఈ గాడిదకు మతిపోయింది!"

సీతయ్య పెద్దగా అరుస్తున్నాడు. గౌరిగాడు వులిక్కిపడి వెనక్కి తిరిగి చూశాడు బంతి గొడ్లన్నీ ఓచుట్టు తిరిగి అతడి వీపు వెనకకు వచ్చి ఆగివున్నయ్

తిరిగి శరీరాన్ని పనికి వప్పచెప్పి, మనస్సును వూహా వాయువుల మీదుగా వూళ్ళోకి నడిపి సుడిగాలిలా శాంతను చుట్టుముట్టాడు

సూర్యుడు తలమధ్య కెక్కాడు పని వాళ్ళంతా ఎవరి అన్నం మూటలు వాళ్ళు విప్పుకుని భోజనాలకు తలపడ్డారు సీతయ్య రుసరుసలాడుతూ అన్నాడు—

"గౌరిగా! తొందరగా కూడుతిని రావాలి ఈ పనైన తరువాత నీ మత్తుకు మందేస్తాను!"

గౌరిగాడు తలవంచుకుని వూళ్ళోకి బయలుదేరాడు అతణ్ణి ఒకేఒక సంశయం నరాల్లో కెక్కిన యీతముల్లులా బాధిస్తోంది "పెళ్ళి విషయం సీతయ్యను అడగడమా? శాంతనుఅడగడమా?"

ఆ కాల్చే ఎండలో చేల గట్లంట నడుస్తూ, మగత నిద్దరలో వున్న వాడిలా, మధ్య మధ్య భూతావేశం కలిగిన వాడిలా, అటూ యిటూ గట్లమీద జారుతూ, సినిమా కథానాయకుడి మాటల్నీ, చేష్టల్నీ మననం చేయసాగాడు

"సాహసే లక్ష్మి" అవును! దేనికైనా సాహసించాలి! సినిమా కథానాయకుడు చేత్తో తాచుపామును పట్టాడు! తను కిర్రుచెప్పుల కాలితో దాని పడగను తొక్కిపట్టి చంపాడు రాజుకూతురికీ, ఆ కథానాయకుడికీవున్న స్నేహానికన్నా, తన

స్నేహం శాంతతో మరీ చిన్నప్పటినుంచి ప్రారంభమైంది తను ఊహా తెలిసినప్పటినుంచీ సీతయ్య ఇంట్లో జీతం చేస్తున్నాడు

ముళ్ళనే భయం ఏమీ లేకుండా తను ఆ చిన్నతనంలో ఎన్నిసార్లు శాంతకు రేగికాయలు కోసి పెట్టలేదు! ముంజకాయలు కావాలంటే—కాళ్ళకు బంధమైనా లేకుండా ఎన్నిమార్లు తను అంతంత తాడిచెట్లు ఎక్కలేదు !!

తనపెళ్ళి పుల్లాంతో జరగటం అసంభవం చింపిరి పేలికలతో, మడ్డిమొహంతో జీబిరిజుట్టుతో పేడతట్ట నెత్తినపెట్టుకొని వస్తుంటే—ఆ రోజుల్లో ఎలావున్నా ఇప్పుడు తలుచుకుంటేనే నేపాళంమాత్ర వేసుకున్నట్టుగా అవుతోంది

'సీతయ్య ఆ రాజులాగానే డబ్బుసంపాయించ మంటాడా?' గౌరిగాడిముందు హఠాత్తుగా ఈ ప్రశ్న తాచుపాములా ఎగిరి నిలబడింది

విష్ణాలయంపక్క పాడుపడిన బావిలో లంకిణీ బిందెలు వున్నమాట నిజమేగదా! దానయ్యా చలమయ్యా వాటికోసం ప్రయత్నించి నెత్తురు కక్కి చచ్చారు కాని తను సాహసించి శాంతకోసం తెగించి వాటిని బయటకు తేలేడా?

గౌరిగాడి గుండెల్లో భయం ఎద్దుకొమ్ములా మొన తేలింది

తను విన్నదయ్యాల కథలు, ఫాదిరీచెప్పే సైతాన్ చరిత్ర—అంతా అతడికాళ్ళనూ, హృదయాన్నీ జారిపోతులా మెలివేసుకుని చెళ్ళు చెళ్ళుమని తోకతో చరుస్తోంది

సినీమాకథ మళ్ళీ అతడి కళ్ళముందు, పక్కల్నా, కదుల్లాడింది సాహసం చేయాలి ప్రేమకోసం

తలవంచుకునే వూళ్ళోకి ప్రవేశించాడు నడుం వంచుకొని చావిట్లోకి జొరబడ్డాడు నల్లగా మాడుకట్టిన మల్లని ఏవగింపుగా చేతిలోకి తీసుకుని పెద్దగా అరిచాడు—

"శాంతమ్మా! శాంతమ్మా!"

"ఏంరా! మతిబోయిందా? అరుస్తావెందుకు?" నూరమ్మ కూకలేస్తూ బయటకు వచ్చింది

"తొందరగా వెళ్ళాలి! బువ్వ "

"ఫోవే! వాడికి అన్నంపెట్టి త్వరగ పంపు"

గౌరిగాడు గాటికి ఆనుకు కూర్చున్నాడు "సాహసం! సాహసం!" ఆ మాటలు జోరీగల్లా అతడి చెవిచుట్టూ తిరగ నాగినై నిర్ణయించుకున్నాడు

శాంత అన్నంపెట్టి "సినిమా చూసినప్పటినుంచీ మతి చెడిందా?" అని ఫక్కున నవ్వింది

గౌరిగాడి మదిలో ఏదో తెలియనిబాధా కళ్ళు తెరుస్తూన్న కలవరం, గురివింద తీగల్లా అన్నివైపులనుంచీ గుబురుకున్నయ్

శాంతకు జవాబు చెప్పేందుకు, అలాంటి ఘట్టంలో సినీమా కథానాయకుడు ఏమన్నాడో, ఆ మాటలు గుర్తు చేసుకునేందుకు ప్రయత్నించాడు కానీ ఏకుర్తూ అతడి మనస్సు, గొంతుకు అందించలేక పోయింది

సాధారణంగా— అతి సాధారణంగా, ఎడమకన్ను కొట్టి కుడికాలుతో మల్లను పక్కకుతోసి, రెండు చేతుల్నీ ముందుకు చాపి లేచినుంచుని శాంత వైపుకు నడిచేందుకు ఉపక్రమించాడు

"తొందరగా రావే! పాలు పొంగిన వాసన వస్తోంది"

శాంత యింట్లోక పరిగెత్తింది పరిగెత్తే ముందు ఆ అమ్మాయిలో ఏవుద్రేకాలూ, వుద్వేగాలూ కలిగినయ్యో కాని— బిఘువుగానే వున్న ఛోళీ పిగలలేదు పమిట జారలేదు

* * *

ఆ రాత్రి సగం తయారైన కడింమీద వెల్లకిలా వడుకుని అష్టమినాటి చంద్రుణ్ణి చూస్తూ గౌరిగాడు పాడేందుకు గొంతు సవిరించబోయాడు

"అరే గౌరిగా!" పెద్ద కేక

"ఏమిటి దొరా!" బెమురుగ చెదిరిన మనస్సులోనుంచి జవాబు

"నువ్వు మధ్యాహ్నం చేసిన పని "

రక్కున సినిమా మాటలు గౌరిగాడి గొంతు చించుకుని బయట పడినై

"నిజమే చెప్ప "

అతడిమాట పూర్తికాకుండానే, నల్లగా చావ తేలిన నున్నటి సంద్రకర్ర కత్తవ అతడి మెడమీద పడింది గింజరాలి కలగా వులగంగా నలిగిన ఆ ఎండు వరిగడ్డిలో కొద్దిపాటి గలగల గిలగిల!

భగ్గున అంటుకుని ఆకాశంవైపుకు నాలుకలు చాచిన ఆ ఎర్రని మంటలకు, ఎండు వరిదుబ్బుల్లో వచ్చగా పెరిగిన నాము పిలకలు మాడిపోయినై, చేలగట్లూ, నెర్రెల్లో దాక్కున్న బుర్రిపిట్టలూ కలుగుల్లోని తాచుపాములూ భయంతో కంపించి, కుంచుకు పోయినై

ఉద్యోగధర్మం

"దేవా! దానియేలును క్షమించు అతడేం చేశాడో అతడికే తెలీదు!"

*　　　*　　　*

దానియేలు అంతవాడవుతాడని, తల్లిదండ్రులు కూడా అనుకోలేదు. ఎ బి సి డి లు నేర్పినతరవాత, ఏమ్న రీడరు ప్రారంభిస్తూ ఆశీర్వాదం అన్నమాటలు, యీ నాటికీ దానియేలుకు బాగా జ్ఞాపకం

"నీ తల్లిదండ్రుల జీవితాల్నుంచి, నువ్వు భిన్నుడవుగా బ్రతుకుతావు"

ఆశీర్వాదం ఏమాట అన్నా, బైబిలు చదువుతున్నట్టే వుండేది

"దేవుడు నిన్ను రక్షించుగాక!" అన్నాడు ఆశీర్వాదం తను పోలీసుగా రిక్రూటు అయ్యేందుకు ప్రయత్నిస్తున్నానని చెప్పినప్పుడు

నిజంగానే దానియేలును దేవుడు కరుణించాడు ప్రథమ ప్రయత్నంలోనే పోలీసుగా రిక్రూటు వేసుకున్నారు తల్లిదండ్రుల జీవితమార్గం నుంచి, వృత్తిధర్మం నుంచి కేవలంభిన్నమైన మరో కొత్తమార్గంలో అతడు కాలుపెట్టాడు

మరియమ్మ తనకు భార్య అవుతుందని అతడు కలలో కూడా నమ్మలేదు ఓ ఎకరం పొలం, వుద్యోగం చేస్తున్న అక్క, యిటికగోడల యిల్లు వున్న మరియమ్మ తలిదండ్రులు, తనకు ఆమెను యిస్తారని అతడు ఏనాడూ ఆశించలేదు చర్చిలో అతడు ప్రార్థనకు వంగి నప్పుడు దేవుణ్ణి చాలా చాలా వరాలు కోరేవాడు కాని కోరనివల్లా రెండే రెండు వరాలు ఒకటి బొందితో స్వర్గానికి చేర్చమని, రెండు మరియమ్మను భార్యగా యిమ్మనీనూ

కాని, తను పోలీసుగా చేరిన ఐదో నెలలో బెల్టు నడుముకు బిగించి, సొంతంగా కొనుక్కున్న సీమ బూట్లు తొడుక్కుని, కాకీ చొక్కాతో నిక్కరుతో పల్లెలోకి ప్రవేశించిన అరగంటకల్లా—అటునుంచి కబురు రానేవచ్చింది

తను ఆశ్చర్యపోయాడు, తల్లిదండ్రులు ఆశ్చర్యపోయారు పల్లెఅంతా ఆశ్చర్యపోయింది ఆశ్చర్యపడని వాడల్లా ఒక్క ఆశీర్వాదమే

“దేవుడు మిమ్ము కరుణించుగాక” అన్నాడు ఆశీర్వాదం చర్చిలో వివాహం జరిగిపోయింది

పదోరోజుకల్లా పోలీసులైన్‌లో మరియమ్మతో కాపరం పెట్టాడు దానియేలు అంతా సక్రమంగానే, తను అనుకున్న

మాదిరిగానే దేవుడు కరుణించిన విధంగానే జరిగిపోయింది ఓ నాలుగు నెల్లు

దానియేలు దయా ధర్మగుణాలు కలవాడు ఎడమ చెంప మీద కొడితే కుడిచెంప యివ్వాలనుకునే ఉదారబుద్ధి కల వాడు కాని, ఆనాడు తనే ఎడమా కుడీ చెంపల్నే కాక-ఎక్కడ బడితే అక్కడ, బెల్టుతో కనబడిన వాడినల్లా బాదవలసి వచ్చింది

కొత్తసినిమా ఆ రోజునే ప్రారంభం బుక్కింగు దగ్గిర జనం తోపులాట, తొక్కిసలాటగా, చివరికి దెబ్బలాటగా పరిణమించింది తను మరిద్దరితో డ్యూటీమీద వున్నాడు లారీ తిప్పడంతో ప్రారంభమై దాన్ని ఎవడో లాక్కుంటే నడుం బెల్టులాగి విసరవలసి వొచ్చింది తను కళ్ళు మూసుకునే విసిరాడు ఆ తొక్కిడిలో, గల్లంతులో, ఆ బెల్టు బకిల్ ఎవరో స్త్రీ కంటికి తగిలింది నెత్తురు!

జనం అతడిమీదికి విరుచుకుపడ్డారు స్టేషన్‌నుంచి ఓలారీనిండు రిజర్వువచ్చి అతణ్ణి రక్షించింది

దారిపొడుగునా, యింటికి చేరేవరకూ అతడికి ఒకటే భయం, దిగులు "ఆ స్త్రీ కన్ను పోతుందేమో!"

మరియమ్మ ఓదార్చింది 'డ్యూటీ తప్పదుగదా' అన్నది ఇద్దరూ సిలువముందు వంగి ప్రార్థించారు

"కళ్ళు లేకపోతే ప్రపంచమే లేదు" అన్నది మరియమ్మ దానియేలు తలపంచుకు పూరుకున్నాడు

"నా ఎడంకన్ను చూడు ఎప్పుడో చిన్నతనంలో యింత తాటిపేడు గుచ్చుకున్నది ఈ నాటివరకూ ,"

'ఆఁ!" అంటూ అదిరిపడ్డాడు దానియేలు

"ఇంతకాలంనుంచి నాకు చెప్పలేదేం?' అన్నాడు కోపంగా

"నాకే గుర్తుండదు ఈ రోజున యిది విన్నతర "

మరియమ్మ భర్త మొహంవంక చూచి ఆగిపోయింది దానియేలు ఆపాదమస్తకం వణికిపోతున్నాడు అతడికళ్ళముందు ఆ చిత్రం తన బెల్టుదెబ్బకు గురైన స్త్రీ పమిటచెంగుతో వచ్చే నెత్తురు ఆపుకుంటూ రోదించడం కదుల్లాడింది

చిన్న బుడ్డి వెలుగులో అతడు భార్య కంటిని పరీక్షగా చూశాడు ఎడమకంటిలో నల్లని చిన్న మచ్చ పక్కగా ఓ చిన్న కంది బద్దలాంటి కుదప

"ఇంతకాలంనుంచి చెప్పలేదేం?"

"నాకంట్లో ఏముందో నాకేం తెలుస్తుంది?'

మరసటిరోజునే దానియేలు ఏవో బజారు మందులు తెచ్చాడు నెలరోజులకల్లా, కంటిలో చిన్న పువ్వు, విపరీతమైన తలపోటు

ఆశీర్వాదం ఏదోపనిమీద అటువచ్చి ఆశీర్వదించాడు

"దేవుడు మిమ్ము కరుణించుగాక! తెలిసిన డాక్టరుకు చూపించండి" అన్నాడు

ఇద్దరు తెలిసిన డాక్టర్లు చేసిన రెండు ఆపరేషన్లతో, మరియమ్మ కన్ను గాజుకన్నుగా మారింది

దానియేలు దిగులుపడ్డాడు 'కొండమీద ప్రసంగం రోజుకు రెండుసార్లయినా చదవందే పడుకునే వాడుకాదు తను ఎవరి భార్యకన్నో పోగొట్టాడు తనభార్యకన్ను దేవుడుపోగొట్టాడు దేవుడు దయామయుడు వడ్డీతోకూడా ప్రతీకారం చేసి తీస్తాడు!

కాలం దొర్లిపోతోంది దానియేలు హెడ్ కానిస్టేబులయ్యాడు తోలుపటకా యినపబకిల్ తీసేసి, మెరిసే పిక్క పటకా యిత్తడి బకిల్ తగిలించాడు కాని మనస్సుకు శాంతి లేదు ఎప్పుడూ ఒకే దిగులు ఒకే అనుమానం దేవుడు చేసిన ఆ ప్రతీకారంతో తృప్తిపడి వూరుకుంటాడా?

ఆ రోజు తిరిగి తను అసహ్యించుకునే భయపడే డ్యూటీకే వెళ్ళవలసి వచ్చింది హాస్పిటల్ యిచ్చే కోటాగుడ్డలకు వచ్చే జనాన్ని అదుపులో వుంచాలి

సరిగ్గా తను వాకిలి దాటబోయే సమయానికి మరియమ్మ వెనకనుంచి కేక వేసింది అపశకునం అనుకుంటూ దానియేలు నిలబడ్డాడు

"కోటాగుడ్డలు యిస్తున్నారంట!"

"అక్కడికే వెళ్తున్నాను"

"దొరికితే పదిగజాలు - లేకపోతే ఐదుగజాలైనా మల్లు కావాలి"

దానియేలు విసుక్కున్నాడు గడప యివతలికి వచ్చి నిలబడ్డాడు "మనకు వేరే కోటా యిస్తారు అక్కడ లాభం లేదు"

మరియమ్మ బతిమాలుతూన్న ధోరణిలో, గడప నానుకుని అన్నది-

"మనకు మల్లు యివ్వరు రోజూ కూరగాయలు తెచ్చే వెంకమ్మ కార్డు యిచ్చింది రవికలకు కావాలి"

దానియేలు గుండెలు వేగంగా కొట్టుకున్నయ్ ఏవేవో దృశ్యాలు మనస్సులో మెదిలినై జనం తొక్కిసలాట-లారీలూ బెల్టులూ విసరవలసి రావొచ్చు ఏం జరగబోతోందో !!

“నేను తెచ్చే వీలు లేకు నువ్వు రావొద్దు”

మరియమ్మ జవాబు వినకుండానే చకచకా నడిచాడు ఏవో భూతం, సైతాన్ వెన్నంటి వస్తున్నట్టు తత్తర పడ్డాడు

అతడి భయం జమే అయింది హాస్పిటల్ కొట్టుకు ఓ అరఫర్లాంగు యిటూ అటూ, కదిలేందుకూడా ఖాళీ లేనంతగా జనం

“దేవా! ఏపాపం జరక్కుండా చూడు” అని ప్రార్థించాడు దానియేలు కొట్టె తలుపు చెక్కల్ని ఒక్కదాన్ని మాత్రం తీయించి అడ్డంగా నుంచున్నాడు

“తోసుకోవటం తొక్కోవటంవల్ల లాభంలేదు ఒక్కొక్కళ్ళేరండి ముందు ఆడవాళ్ళకు”

మాట పూర్తికాకుండానే పెద్ద కేకలు జనం తోపులాట, తొక్కిసలాట

దానియేలు వళ్ళు మండింది మనస్సు నిండుగా మైకం కప్పింది ఒక్కగుంజుతో నడుంబెల్టు చేతుల్లోకి వచ్చింది పక్కనవున్న యిద్దరు పోలీసుల్తో “కొట్టండి! వెనక్కి నెట్టండి!” అంటూ బెల్టును ఎడాపెడా కళ్ళు మూసుకుని విసర సాగాడు

“అయ్యో! నాకన్ను!” అన్న స్త్రీ రోదనధ్వని అతడు కళ్ళు తెరిచాడు కాళ్ళల్లో పట్టు సడలింది కళ్ళు బైర్లు క్రమ్మినై తిరిగి లారీనిండుగా రిజరు పోలీసులు!

అరగంట తరవాత, కలలో నడుస్తున్నవాడిలా, తెలిసీ తెలియని మైకంలో దానియేలు యింటికి నడిచాడు

వాకిటిముందు ఓ చిన్నగుంపు లోపల ఐదారుగురు మనుషులు అతడు వాళ్ళెవర్నీ గమనించకుండానే సరాసరి లోపలికి వెళ్ళి, బెల్టు వూడదీసి ఓమూలకు విసిరాడు

"దేవుడు మిమ్ము కరుణించుగాక" ఆశీర్వాదం ఆశీర్వదించి అతడి భుజంమీద చేయి వేశాడు దానియేలు తెల్లబోయి చూశాడు

"భయపడకు! డాక్టరుకు కబురుపోయింది"

"ఎవరికోసం? ఎందుకు?" అతడి గొంతులో రోదన ధ్వని

"మరియమ్మ! నీ స్త్రీ! కంటిమీద బెల్టుదెబ్బ తగిలింది బకిల్ బాగా కంట్లో దిగింది"

'ఏకన్ను! ఏకన్ను!" దానియేలు కంపితస్వరంతో అంటూ భార్య పక్కన కూర్చుని, తల తనవైపుకు తిప్పుకున్నాడు

'ఎడమ కన్ను శల్యం లేనిది! కుడికన్ను దేవుడు "

దానియేలు జుగుప్సతో వెనక్కి తిరిగి చూశాడు ఆశీర్వాదం కుడిచేయి ఎత్తి ఆశీర్వదిస్తున్నాడు తను విసిరి దూరంగా పారవేసిన బెల్టు, గది మూల తాచుపాములా మెలికలు తిరుగుతూ, పాలిష్ అయిన యిత్తడి తళతళల్లో తల తిప్పుకొంది

ధనిక వితంతువు

వివాహం అయి సరిగా రెండు సంవత్సరాలైనా నిండీ నిండకముందే భర్త రంగారావు మరణించడం సరస్వతికి చాలా కోపాన్ని చికాకునూ కలిగించింది అట్లని ఆమెకు అసలు ఏమాత్రం విచారం కలగలేదని కాదు జడలో గుచ్చుకునే పిన్నుపోయినా, యిల్లంతా వెతికి వెతికి, చివరికి నౌకర్ని బజారుకు పంపి కొత్తపిన్నులు తెప్పించుకునేది ఆ సందర్భాల్లో ఆమెకు కలిగేది అచ్చంగా కోపమేనా అంటే - కాదు విచారం కూడాను! కాని యిప్పుడు జరిగిన యీ లోటు ఏ నౌకర్నో బజారుకు పంపి, తేలిగ్గా పూర్తి చేసుకోగలిగింది కాదు తానే ఎంతో ఓర్పుతో తెలివితేటల్నీ, అందాన్నీ - ముఖ్యంగా ఎంతో విచక్షణాజ్ఞానాన్నీ వుపయోగించి భర్తీచేసుకోవాలి

"అంతగా ప్రపంచానుభవం లేనిదానివి! మీ ఆయన బోలెడాస్తిని నీ పేర పెట్టి పోయాడు నీవు మళ్ళీ పెళ్ళి చేసుకునేందుకు మేమెవరమూ అభ్యంతరం చెప్పం కాని కాని, ఆ వొచ్చే మొగవాళ్ళు నీకోసం వస్తున్నారో లేక నీ ఆస్తికోసమో బాగా ఆలోచించి మరీ నిర్ణయానికి రావాలి"

భర్తపోయిన నెలరోజుల తరవాత, తనను ఓదార్చేందుకు వచ్చిన పిన్ని చెప్పిన యీ మాటలు, యిప్పటికీ సరస్వతి చెవుల్లో ప్రతి ధ్వనిస్తూనే వున్నై. పిన్నిలో ఎంత అనుభవం వుంది! ఎంత లోకజ్ఞానం!!

కిటికీం దగ్గరగా కుర్చీ లాక్కొని, ఒక రెక్క తెరచి సరస్వతి ఆలోచనలో మునిగిపోయింది

తను ఎవరితోనూ చెప్పలేదు అయినా అసలు అలాటి భావాన్ని కలిగివుండడమే ఎంతో దారుణంగా అందరూ భావిస్తారు కాని స్వగతంగా అనుకోవచ్చు

'భర్త చనిపోయినరోజున తనకు ఎంత సంతోషం కలిగింది!'

సరస్వతి నిలువుటద్దం ముందుకు వెళ్ళి నుంచుని— నిలువెల్లా ఒక్కసారి చూసుకుని నవ్వుకున్నది గదితలుపుకు లోపల గడి వేసివున్నదో లేదో అని ఒకమారు తలుపు వంక చూసి—

"నీవు అదృష్ట వంతురాలవమ్మాయ్! నీయౌవనాన్నంతా కొంచెం కొంచెంగా ఎంతుకుతాక్కముందే— కనీసం ఏ ఒకరిద్దరు పిల్లల్తో కలక్క ముందే— ఆ పీడ వొదలి పోయింది"

కిలకిల నవ్వుకుంటూ ఆమె తిరిగి కిటికీ దగ్గర కూర్చున్నది

లోకంలో ఏకంపతులూ, ప్రథమరాత్రే, ప్రథమానుభవంలోనే ఒకళ్ళకు ఒకళ్ళు నచ్చకపోవటం అంటూ వుండదు కానీ తను ఆ తొలినాటి రాత్రే, రంగారావును ఎంతగా అసహ్యించుకున్నది! ఎంతగా ద్వేషించింది!!

తను సిగ్గువల్ల మాట్లాడలేక పోవడానికీ భయంవల్ల అతడి పట్టు వదిలించుకునేందుకు చేసే ప్రతి ప్రయత్నానికీ, అతడు

ఏదో ఒక దుష్టకారణాన్ని వూహించి ఎంతగా తనను బాధ పెట్టాడు! ఎంత నీచమైన అనుమానాలు వెలిబుచ్చాడు!!

"ఇదిగో! ఈ నీరంకకు వాత్స్యాయనుడు చెప్పే కారణం యిది ఆ భయానికి (వాడెవడో ఆ ఇంగ్లీషు పేరు ఆమెకు గుర్తులేదు—) యిచ్చే జవాబు— యిది నేను సర్వీస్ కమిషన్ ప్యాసవకుండా వుద్యోగం కోసం ప్రయత్నించ లేదు అలాగే యీవుద్యోగానికి అవసరమైన శాస్త్రాన్ని చదవకుండా నేను పెళ్ళిచేసుకోలేదు యింతేకీ— మీ యింటిపక్క— వాడితో— యిదీ వరస! అలాంటి భర్త చనిపోతే యితర్ల కళ్ళ నీళ్ళు తుడిచేందుకు తను ఆనాడు భోరుమంటూ ఏడ్చినా సంతోషించకుండా ఎలా వుండగలదు ?

తను పునర్వివాహం చేసుకోవడం నిశ్చయం దాన్ని వీరేశ లింగం గారైనా ఆపలేదు కాని ఎవర్ని ?

సరస్వతి కలం తీసుకుని, వరసగా తన యింటికి, తన కోసం వచ్చి పోతూండే పురుషుల పేర్లు రాయడం మొదలు పెట్టింది ఈ వచ్చే వాళ్ళల్లో ఎవరు తన కోసం? ఎవరు తన ఆస్తి కోసం ?

వెంకటస్వామి వీడో దొంగ వీడి దృష్టి ఎప్పుడూ తనమీద కంటె తన కుర్చీల మీదికీ, వెండి కంచాలు, గ్లాసులు, యినపపెట్టెల మీదికీ పోతూ వుంటుంది

శంకరం వీడికి తను కావాలో, లేక తన ఆస్తి కావాలో, రెండూ కావాలో, అసలు రెండూ అక్కర్లేదో చెప్పడం కష్టం తన ఎదట ఎప్పుడూ చలిజ్వరంతో బాధ పడుతూన్న వాడిలా వణుకు తుంటాడు అచ్చగా కొమ్ముల్లేని పోటేలు

సారధి పీకు సరస్వతి గబగబా ఆ 'పీకు' అని రాసిన దాన్ని కొట్టేసి, కలం టేబిలుమీద పెట్టి కుర్చీలో చేరగిలబడి ఒక దీర్ఘమైన నిట్టూర్పు విడిచింది శరీరం పులకరించినట్టూ, పమిట జారిపోతున్నట్టూ, తనను ఏవో రెండు బలమైన హస్తాలు అలా కుర్చీలోనుంచి పైకి ఎత్తి గగనమార్గాన ఎత్తుకుపోతున్నట్టూ ఏదో అనిర్వచనీయమైన బాధా, ఉద్రేకమూ, విభ్రాంతి అలా కప్పేస్తున్నట్టూ, తను వూహించుకునే స్వాప్నిక లోకాల తలుపులు తెరుచుకున్నట్టూ ఆమె హృదయం, శరీరం- రెండూ తన్మయత్వంలో చిందులు తొక్కినై

సరస్వతి గట్టిగా నేత్రాలను బంధించి సారధినుంచి ఆ కోటూ యింకా ఆ సంబంధమైన కల్పిత ఆటంకాలను వేరుపరిచి, అతడికి ప్రకృతి ప్రసాదించిన వాస్తవిక రూపాల్ని తన సర్వేంద్రియాలతోనూ బంధించి, పరీక్షకు ఉపక్రమించింది

తక్కిన మగజాతినుంచి అతన్ని వేరుపరుస్తున్న లక్షణాలేమిటి? ఆ వుంగరాల జుట్టు కండలు తిరిగిన శరీరం, అతి విశాలమైన నేత్రాలు, యెత్తయిన వక్షస్థలం! సరస్వతి దీర్ఘంగా మరోమారు నిట్టూర్చింది

కండలూ విశాల నేత్రాలూ మాత్రమే లెక్కలోకి తీసుకుంటే-వెంకటస్వామికి నలుగురికి సరిపడేంత పెద్దకళ్ళూ, ఆ శంకరానికి మరో యిద్దరికి ఎదురు యివ్వగలిగినంత శరీరమూ, కండలూ వున్నై కాని-సారధిమనిషే వేరు! అసలు బ్రహ్మకు తెలీకుండా ఆయనభార్య స్వంతానికి యీ పూర్ణమానవుణ్ణి తయారు చేసుకుని, ఏ పవిత్ర బాధ్యతో గుర్తుకు రావడంవల్ల, యీ జీవిని కళ్ళుమూసుకుని భూలోకానికి జారవిడిచి వుంటుంది

ఆడవాళ్ళను సృష్టించే బాధ్యత తను తీసుకుని, మగ వాళ్ళను తీర్చి దిద్దేపని భార్యకు వదిలేస్తే, యీ లోకంలో యింత స్వల్పంగా సారధిలాంటి అందగాళ్ళు పుట్టటం, వాళ్ళను ఆకర్షించేందుకు తనలాంటి వాళ్ళు యితర్లతో పోటీచేయవలసిన అవసరం కలక్కపోను

ఇంతకీసారధి తనను ప్రేమిస్తున్నాడా? అతడి వుంగరాల క్రాఫులాగానే అతడి హృదయం వెలిబుచ్చే భావాలు కూడా చాలా చిక్కగా గజిబిజిగా వుంటై కాని ఒకాటిమాత్రం నిజం అతడు తన ఆస్తికోసం మాత్రం తన యింటికి రావడం లేదు అసలు అంత ఖరీదైన సూట్లువేసే, అంత అందంగావుండే పురుషుల దృష్టి-యెప్పుడూ రూపాయి అర్ధరూపాయి మీద లగ్నంకాదు వాళ్ళు తమ సౌందర్యానికి యీడువచ్చే సౌందర్యం కోసం ప్రయత్నిస్తుంటారు అయితే తనలో సారధిని ఆకర్షించేంత అందం, యౌవనం వున్నయ్యా?

సరస్వతి కుర్చీలోనుంచి లేచి అద్దం ముందుకు వెళ్ళింది రోజుకు లెక్కపెట్టలేనన్ని మార్లు అదే అద్దంలో— అదే రూపాన్ని చూసుకున్నా— ఆ నాడు ఆమెకు ఏదో పరీక్షలో కూర్చున్నట్టు, యెవరితోనో పోటీచేసి గెలిచేందుకు ప్రయత్ని స్తున్నట్టు తోచింది తనరూపాన్ని అన్నివైపులనుంచీ పరీక్షించు కుని తృప్తితో తలవూపింది అవును-తన అందం నేత్రాలు లేని వాడుకూడా గ్రహించ గలిగినంత గొప్పది మరి అంత పెద్ద నేత్రాలతో సారధి

బయట ఎవరో తలుపు తట్టారు సరస్వతికి చెడ్డచిరాకు కలిగింది తన తీయని వూహాలకు అంతరాయం కలిగించే వీళ్ళె

వరు? సారథిమాత్రం కాదు అతడు ఆ వేళలో ఎప్పుడూ రాడు. ఆమె చాలా కోపంగా బిగ్గరగా ప్రశ్నించింది "ఎవరూ?"

'ఓసి పనిదవ్యమా అనుకుంటూ తలుపు తెరిచింది

"ఎందుకు?"

"పోస్టు జవాను వచ్చాడు ఉత్తరాలు "

"ఈ మాత్రానికి నన్నెందుకు పిలవాలి? నువ్వు ఎందుకు తేగూడదూ?"

"ఏదో రిజిష్టరు వుత్తరం-మీ సంతకం కావాలంటున్నాడు"

సరస్వతికి భయాశ్చర్యాలు రెండూ కలిగినై రిజిష్టరువుత్తర మేమిటి?

సంతకంపెట్టి వుత్తరం తీసుకుని, కవరు విప్పింది ఏవో కోర్టు ముద్రలు! సాంతం చదివి విసుగ్గా నేలకు కొట్టింది

"అంతగా, ఆయనరాసిన యీ ఆస్తి నాకు చెల్లదనే నమ్మకమే వున్నవాళ్ళు దావాకు పోవడం ఎందుకు, చక్కగా వచ్చి ఆక్రమించుకోక"

సరస్వతి మాటలువిని పనిమనిషి ఆదుర్దాగా అడిగింది "ఏం జరిగింది అమ్మగారూ? ఏం జరిగింది?"

"ఆస్తినాకు రాయడం చెల్లదంటూ ఆయనచెల్లెలూ వాళ్ళూ నామీద దావా వేశారు"

పనిమనిషి మాట్లాడ లేదు సరస్వతి దాని మౌనానికి ఆశ్చర్యపోయి ముఖంవంక నిదానంగా చూసింది దాని ముఖంలో నిర్లక్ష్యతా, అలసభావం స్ఫుటంగా కనబడుతున్నై

"అప్పను ఇంత ఆస్తివుండడంవల్లే వీళ్ళంతా నా చుట్టూ తిరుగుతూ, అడుగు-కు మడుగులొత్తుతున్నారు అది కాస్తా పోతే ఆఖరికి సారధికూడా "

ఆ భావాలకు సరస్వతి అంతటితో స్వస్తిచెప్పింది వణుకుతున్న చేతుల్తో — ఆ కిందపడి వున్న వుత్తరాన్ని తీసుకుని లాయరు దగ్గరకు బయలు దేరింది

సరస్వతిని చూస్తూనే అడ్వొకేటు జగన్నాధం కుర్చీలోనుంచి లేచి రెండు చేతుల్తో ఆహ్వానించాడు అతడు చేసే మర్యాదా కనపరచే విచక్షణాచూస్తే అతడు తనకోసమే 'లా' చదివాడా అన్నట్టు ఆమెకు తోచింది ఉత్తరం సాంతం ఓమారు చదివి—

"ఈ దావా మనను ఏమీచేయదు ఈ కేసు నాదిగా చూచుకొని పనిచేస్తాను ఒక్క-మారు మాత్రం మీకు రంగారావు రాసిన విల్లుకు సంబంధించిన కాయితాలు చూపించాలి "

"అయితే సాయంత్రం తెస్తాను" లాయరు మాటలు సరస్వతికి ధైర్యాన్ని కలిగించినై

"వద్దు! వద్దు! నేనే మీ యింటికి వస్తాను రంగారావు నా క్లాసుమేటు పైగా నేను బ్రహ్మచారిని — ఇంటివద్ద పని కూడా ఎక్కు-వ లేదు "

సరస్వతి అతడికి నమస్క-రించి బయటకు వచ్చింది తను సెలవు చెప్పేటప్పుడు అడ్వొకేటు వేసిన పోజుచూస్తే ఆమెకు నవ్వూ, ఆసహ్యమూ కలిగినై భగ్నప్రేమతో జీవితంమీద విసిగి, మేడ మూడో అంతస్థునుంచి రోడ్డుమీదికి దూకి ఆత్మహత్య చేసుకునేందుకు తయారయ్యే న్యూథియేటర్సు ట్రాజడీ యాక్టర్లాగా అతడు ముఖం పెట్టాడు తను బ్రహ్మచారినంటూ చెప్ప

డము అప్రస్తుతం లోకానికి తనంటే పిచ్చి ఎత్తింది ఇంతకూ వాళ్ళకావలసింది తనా, లేక జార్జిటౌన్‌లోని రెండు మేడలూ, యిరవై ఎకరాల పొలమా?

ఆమెను యీ ప్రశ్న ఆ రోజల్లా బాధించింది మొత్తంమీద, దావా తనను ఏమీ చెయ్యలేదు ఆ విషయంలో ఏమాత్రం అనుమానం వున్నా, లాయరు ముందుగానే ఫీజు అడిగేవాడు— తరవాత, ఆ పక్షిపోజు వేసేవాడు కాదు

సరస్వతి ఆ సాయంత్రం టాయిలెట్ అయ్యేందుకు మామూలు కన్న ఓ అరగంట కాలం ఎక్కువ వినియోగించింది ఆరుగంటలకల్లా తప్పకుండా సారథి వస్తాడు దావా విషయం అతడితో చెపితే ఎలా ఫీలవుతాడో చూడాలి తన హృదయాన్ని కూడా కొంతవిప్పితే ఆమెకు వెంటనే ఎన్ని చేసిన హెచ్చరిక గుర్తుకొచ్చింది తన పునర్వివాహానికి ఆ రెండు మేడలూ సహాయకారులు కాకపోగా తన ఆనందానికి అడ్డువచ్చే రెండు సజీవ భూతాల్లాగా ఆమెకు తోచినై

కిందమెట్లమీద చప్పుడయింది సరస్వతి ఆ వైపుకు ఓమారు చూచి అద్దంలోకి నవ్వింది అతడు వస్తున్నాడు అతడిరూపంలో వున్న విలక్షణతే, అతడు మెట్లమీద చేసేశబ్దంలో కూడా వుంది అడుగుల చప్పుడునుబట్టి సారథి అవునో కాదో తను చెప్పగలదు

గదిలోకి వస్తూనే 'నమస్తే' అన్నాడు సరస్వతి అతణ్ణి చూస్తూనే తన్మయత్వం చెందింది నిలువుపాపిటతో, నిలువునా కొత్తసూటువేసి అతడు ముందుకు వస్తూంటే— ఓ అత్తరు దుకాణాన్ని మన్మథుడు మోసుకొస్తున్నట్టు ఆమెకు తోచింది

మామూలు ధోరణిలోనే సంభాషణ సాగింది ఆ రోజు పట్టణంలోని సినిమాలు పుష్పవల్లి కన్నాంబ, చల్లారాం సిల్కు షాపులోకి కొత్తగా వచ్చిన చీరలు యింటిపక్కన వున్న షాహుకారు మార్వాడీ భార్య ముచ్చటా—అంతా

సరస్వతి యీ మామూలు చర్చలన్నీ ముగిసిన తరువాత, నిబ్బరంగా అన్నది-

'నామీద—ఆయన చెల్లెలూ వాళ్ళూ ఆస్తికోసం దావా వేశారు "

సారథి వులిక్కి పడ్డాడు అతని మొహానికి అడ్డంగా, ఓ విషాద మేఘం యిట్టె దాటిపోయింది

"ఎవరు చెప్పారు?"

"ఇవ్వాళే రిజస్టరు వుత్తరం వచ్చింది లాయరుతో "

సారథి ఆమె మాటకు మధ్యలోనే అడ్డువచ్చి-"లాయరు ఏమన్నాడు?" అని ప్రశ్నించాడు

"ఏమీ భయపడవలసిన పని లేదన్నాడు "

సారథి బాగా కుర్చీలో ఆనుకని సిగరెట్టు ముట్టించాడు అతడిలో ఏదో మధురభావం కట్టలు తెంచుకుని బయట పడేందుకు ప్రయత్నం చేస్తోందని సరస్వతి గ్రహించింది

"ఒక వేళ నాఆస్తి అంతా పోతుందనుకోండి అప్పుడూ మీరు యిలాగే " అతడు తల నాజూకుగా ఓపక్కకు వంచి "నేను మీఆస్తిచూసి మీయింటికి రావడం లేదు" అన్నాడు

ఎన్నడూ లేనిది ఎందువల్లో ఆ సమయంలో—అతడి కుడి కన్ను మాత్రం సెకండు కాలంలో మూసుకుపోయి, యిట్టె తెరుచుకున్నది సరస్వతి కలవర పడింది జుట్టూ, చీరా,

అవసరంలేక పోయినా అనవసరంగా సరిదిద్దుకుని—చిరునవ్వుతో అన్నది—

"అయితే ఎవర్ని చూసి? "

సారథి కుర్చీలోనుంచి లేచాడు సరస్వతి ఆవేశంతో సిగ్గుతో కుర్చీలో కుంచుకు పోయింది రంగారావుకూడా యింత ధీమాగా హుందాతనంతో కాక పోయినా, ఏవో కొన్ని ప్రత్యేక వేళల్లో యిలాగే లేచేవాడు

సారథి ఆమె చెయ్యిపట్టుకుని మీదకు వంగి అన్నాడు "ఆస్తిఅంతా పోయినా, ఆఖరికి కట్టుకున్న యీఆఖరిదైన పట్టుచీర మీ మీద లేకపోయినా, నేను మీ ఇంటికి వస్తూనే వుంటాను, ఎవరికోసం " అతడు కుర్చీలోనుంచి సరస్వతిని బొమ్మను ఎత్తినంత సునాయాసంగా పైకిఎత్తాడు ఆమెకు స్వర్గానికి చేరేందుకు యింటికప్పు అడ్డుకున్నట్టుగా తోచింది

సారథి మరుసటిరోజునా వచ్చాడు రెండోనాడూ మూడోనాడూ, ప్రతిరోజూ వచ్చి పోతూనే వున్నాడు అతడే స్వయంగా ఆమె గోడకు తగిలించిన క్యాలెండర్లో తారీఖులు చించుతూండేవాడు ఆ పాత క్యాలెండరు అయిపోయి కొత్త క్యాలెండరు ఆమె తగిలించింది యింకా అతడు వస్తూపోతూ తారీఖులు చించుతూనే వున్నాడు

సరస్వతి - వివాహ విషయం ఎప్పుడు హెచ్చరించినా అతడు ఒకే జవాబు యిస్తూండేవాడు "దావా విషయం తేలిన తరవాత" ఆమెకు ఆ జవాబు చాలా సమంజసంగానే కనపడింది గెలుస్తామనే గట్టి నమ్మకమున్నా, అది తేలిపోయిన తరవాతనే మనశ్శాంతి కలుగుతుంది

ఆరోజు యింకా సారధి వచ్చేందుకు రెండు గంటల వేళ వుందనగా, సరస్వతి ముస్తాబయ్యేందుకు ప్రారంభించింది ఎందు వల్లనో ఆ వేళ ఆమెకు రంగారావు గుర్తుకొచ్చాడు

రంగారావుకూ, సారధికీ శరీరతత్వంలోలాగే మనస్తత్వంలో కూడా ఎంత భేదం వుంది! సారధికి-తను లేనప్పుడు ఆమె ఏం చేస్తుంటుందనిగాని, యెక్కడికి వెళ్తొంటుందనిగాని ధ్యాసే వుండదు దావా విషయం గుర్తుకొచ్చినప్పుడు మాత్రం ఏదో కొంత బాధ పడుతూంటాడు మనిషికి మతిమరుపు జాస్తి ప్రతిరోజూ యింటిదగ్గరనుంచి వచ్చేటప్పుడు మనిపర్సు జేబులో వేసుకోవడం— తనే ఐదో పదో యిరవయ్యో అతడికి తెలీకుండా కోటు జేబులో పెడ్తూండడం పరిపాటి మనిషికి యెంత మరపూ అంటే-అలా తను జేబులో వేస్తూండే డబ్బు విషయం యెన్నడూ తనతో అనలేదు అసలు అలాంటి స్వల్ప విషయాలు అతడికి గుర్తుకురావు నిండు హృదయం

మళ్ళీ యెవరో బయట గట్టిగా తలుపు తట్టారు సరస్వతి కోపంతో గట్టిగా కేక వేసింది 'యెవరు? తనకు యిలాంటి తీయని తలపులు కలిగినప్పుడల్లా ఆ పనిముండ ఎప్పుడూ భంగం కలిగిస్తూనే వుంటుంది

"నేనమ్మా నేను!"

"ఓ పనిదయ్యమా" అనుకుంటూ తలుపు తెరిచింది

"ఎందుకు?"

"లాయరుగారు జవాన్ను పంపారు"

సరస్వతి ఆతృతగా కిందకు దిగివెళ్ళింది శుభవార్తేనా?

"వాళ్ళు వేసిన దావా ఓడిపోయింది మనం గెలిచామని జగన్నాథంగారు మీతో చెప్పమన్నారు రాత్రికి మాట్లాడేం దుకు స్వయంగా వారే వస్తామన్నారు"

ఆమె మారు మాటాడకుండా జవానును వుండమని చెప్పి, పెట్టెలోనుంచి పది రూపాయలు తీసి పనిదానిచేత అతడికి యివ్వమని పంపింది

ఆనంద భారంతో, ఆమె కదలలేక కుర్చీలో చేరగిల పడింది తనతో సారధి వివాహం, దాంపత్య జీవితం యింక యిద్దరూ బహిరంగంగానే సినిమాలకూ బీచీ షికార్లకూ వెళ్ళ వచ్చు దురదృష్టవంతులైన స్త్రీలు ఎంతమంది తన అదృ ష్టాన్ని చూసి యీర్ష్య పడతారో! తనూ సారధీ అటు పారిస్ కార్నర్‌లో, మౌంట్‌రోడ్డు పొడుగునా, మాంబళం అంతా, సొంత కారులో షికారుకు పోతూంటే, ఎన్ని ప్రాణులు నిరాశతో ఆత్మహత్యలకు పూనుకుంటారో!

సరస్వతికి హఠాత్తుగా - మెరుపులాగ - భావం మన స్సుకు తట్టి గిలిగింతలు పెట్టింది "దావా వాళ్ళు గెలిచారనీ, ఆస్తి అంతా పోయిందనీ సారధికి వుత్తరం రాస్తే అతడు ఎలా ఫీలవుతాడు? ఎంత ఆదుర్దాగా తన పక్కకు పరుగెత్తుకు వస్తాడు? తరవాత నిజం చెబితే ఎంత ఆశ్చర్యం— ఎంత తమాషా"

ఆమె గడియారం వంక చూసింది అతడు వచ్చేందుకు యింకా గంట మాత్రమే వైముంది ఈ తమాషా, నాటకం ఆడదలుచుకుంటే వెంటనే చేయాలి కాయితంమీద గబగబా

నాలుగు పంక్తులు రాసి, పనిమనిషిని పిలిచి రిక్షాలో వెంటనే వెళ్లి సారథికి యివ్వమని పంపింది

పనిమనిషి పావుగంటలో తిరిగివచ్చింది పనిమనిషికంటే ముందుగా సారథి వస్తాడనుకుంటూ, ఎంతో ఔత్సుక్యంతో ఎదురుచూస్తున్న సరస్వతికి యీ సంఘటన కొంత ఆశ్చర్యాన్ని కలిగించింది

పనిమనిషి చేతినుంచి కాయితాన్ని తీసుకుని ఆమె చదవ నారంభించింది

'నీవు తెలియ పరచిన ఘోరదుర్వార్త నామనస్సును కలవర పరిచింది ఇదివరకే నీకు చెపుదామనుకుంటూ మరచి పోయాను నాకు దీర్ఘమైనగుండె జబ్బువుంది అంత దైన్యావస్థలో వున్న నిన్ను చూసి, నేను బతకగలగడంకల్ల కనక ఎప్పటికీ ఆ ఇంటికివచ్చి నీకండ్ల పడదలుచుకోలేదు జరిగిన దాన్ని మరచిపో'

సరస్వతి వుత్తరం చదివి కుర్చీలోనుంచి లేచే ప్రయత్నంలో కాలుజారి గచ్చుమీద పడిపోయింది సంతత ధారగా కారు తున్న కళ్ళనీళ్ళల్లో క్రమంగా తగ్గిపోతున్న హృదయ స్పంద నంలో—అప్పటి వరకు అనుమానంగా, అస్పష్టంగా కడుపులో కదుల్లాడుతున్న ఓమూగజీవి తనను ఏదో ప్రశ్నిస్తున్నట్లు తోచింది జవాబు చెప్పేందుకూ, లేచి కూర్చునేందుకూ ఆమె ప్రయత్నించింది కాని రెండు పెద్ద మేడలూ, యిరవై ఎకరాల వైశాల్యం గల భూఖండం ఆమె శరీరం మీద ఎక్కియింకా యింకా క్రిందకు అణచాయి

అవ్యక్తం

సుబ్బారాయుడు ఘోర ప్రతిజ్ఞ చేశాడు దారుణమైన శపథం పూనాడు ప్రకృతి వైపరీత్యాలు కొన్నీ, యాంత్రిక విపర్యయాలు మరికొన్నీ జరిగినై

ఉత్తర ధ్రువ ప్రాంతాల్లో భూకంపం కలిగింది మద్రాసులో, ట్రాము పట్టా వదిలేసి ప్రక్కన వున్న కాలిబాటమీది కెళ్ళి నిలబడింది! ఆకాశంలో రెండు విమానాలు తప్పుకునేందుకు ఖాళీలేక ఢీకొన్నై! బి ఏ ఆనర్సు చదివిన ఓ యువతికి భర్త కోసం పత్రికల్లో ప్రకటన చేసింది!

ఈ వార్త లన్నిటినీ ఆ రోజు పత్రికలు ప్రకటించినై కాని సుబ్బారాయుడి ప్రతిజ్ఞ విషయం ఏ పత్రికా ప్రకటించలేదు ఎందువల్ల ?

"ఎందువల్ల ?" సుబ్బారాయుడు పత్రికని టేబిలుమీదనుంచి క్రిందకు నెట్టేసి ఆలోచించడం ప్రారంభించాడు

ఈ లోకంలోని సకల చరాచర జీవకోటి భవిష్యత్తును నిర్ణయించేటంత బరువు, బలమూ వున్న తన ప్రతిజ్ఞను, లోకం

ఎందుకని చూడలేకపోయింది? అసలు లోకానికి యీ విషయం ఏమంత ప్రాముఖ్యమైంది కాదా?

గట్టిగా ఓ పొడుం పట్టుపట్టి తల పంకించి, పెన్సిలు తీసుకున్నాడు ఇంతలో వెనక ఎవరో వస్తున్న చప్పుడయింది తిరిగి చూశాడు

"మూడో ప్రపంచ యుద్ధం వచ్చేటట్టుగా వుంది" లోపలకు వస్తూనే జర్నలిస్టు రావు అన్నాడు

"రానీ"

"ఈసారి ఇండియాకూడా యుద్ధభూమిగా మారుతుంది"

"మారనీ"

రావు, సుబ్బారాయుడు ప్రక్కనవున్న కుర్చీలో కూర్చుంటూ "కులాసాయేనా?" అన్నాడు

సుబ్బారాయుడు పెన్సిలు తిరిగి టేబిలుమీద పెట్టి—

"ఆ అనుమానం నీ కెందుకు కలిగింది?" అన్నాడు కొంచెం కఠినంగా "నీ జవాబులు" రావు నత్తిగా జవాబిచ్చాడు

సుబ్బారాయుడు మరోమాటు పొడుం గట్టిగా పీల్చి వుపక్రమించాడు

"అసలు యుద్ధాలు ఎందుకు వస్తయ్?"

రావు కిందపడివున్న పత్రికను చేతిలోకి తీసుకుంటూ—

"ఈ విషయాన్ని మనం చాలాసార్లు చర్చించాం, మళ్ళీ యిప్పుడాచర్చ అనవసరమనుకుంటాను అసలు—నీవట్లో"

సుబ్బారాయుడు గట్టిగా టేబిలుమీద గుద్దేడు రావు చేతిలోనుంచి పత్రిక జారి తిరిగి నేలమీద పడింది

"ఏ ముఖ్యవిషయాన్నైనా సీరియస్‌గా చర్చించుదామను కున్నప్పుడల్లా, నువ్వు 'నీవంట్లో' అంటూ అడ్డు తగులు తూంటావు అసలు నీ వుద్దేశ్యం నాకు మతి స్తిమితంగా లేదనా!"

రావు బలవంతంగా పెదిమలమీదికి నవ్వు తెచ్చుకొని, నేల మీదినుంచి పత్రికను తీస్తూ—

"నివంట్లో- అనడంలో నావుద్దేశ్యం- నీచెవి బాధను గురించే కావాలంటే నీకో ఏవిషయాన్నయినా- ఎన్ని గంటలకాలమైనా సరే చర్చించడానికి తయారు నీవు యం ఏ వయితే- నేను బి ఏ ను నీవు వేదాంతి వయితే- నేను జర్నలిస్టును ఇక ప్రారంభించు"

సుబ్బారాయుడు ప్రశాంతవదనంతో, రావువంక ఓమారు చూసి—

"ఏమైనా మీజర్నలిస్టులు మహాఘటికులోయ్ ! జర్నలిజం అంటే, నాకు చర్మం ఒలవడం అన్నట్టు వినబడుతూ వుంటుంది ఇక నా చెవి విషయం మామూలుగా అనుకున్నట్టు యీసారి కుడిచెవి చీముకారడమూ కాదు— బాధపెట్టడమూ కాదు— ఒక అపూర్వ విషయం—ఎడమ చెవి " సుబ్బా రాయుడు కుడిచేత్తో తన ఎడమ చెవిని అతిసున్నితంగా తాకి, దీర్ఘాలోచనలో పడ్డాడు

రావు నిశ్శబ్దంగా పత్రిక చదువుకుంటున్నాడు మౌనంగా ఆలోచింపకునేటప్పుడు సుబ్బారాయుణ్ని పలకరించడం మహా ప్రమాదకరమని అతనికి తెలుసు అలాంటి సందర్భాల్లో పలక రించామా అంటే—హఠాత్తుగా ఏమాత్రం హెచ్చరికా యివ్వ కుండా, కాంట్— నీట్షే— రస్సెల్, జోడ్‌లను ఒంటరిగానూ,

కలగూరగంపగానూ ఎవటి గాళ్ళమీదికి విసురుతాడు అచ్చగా వాళ్ళ పుస్తకాల్లా మాట్లాడేస్తాడు

సుబ్బారాయుడు గట్టిగా ఓమారు తుమ్మి, పొడుండబ్బా దగ్గరకు చేయిపోనిస్తూ అన్నాడు "ఈ ప్రపంచాన్ని ఓమారు గట్టిగా జుట్టుపట్టుకుని కుదిలించదలుచుకున్నాను"

"ఏ రూపంగా ?"

"అదే ఆలోచిస్తున్నాను ప్రపంచాన్ని మనం పట్టుకుంటే— తిరిగి అదిమన పీక లంకించు కోకుండా ముందు జాగ్రత్తపడాలి అందుకు మనకు కొన్ని అపూర్వశక్తి సామర్థ్యాలు కావాలి" సుబ్బారాయుడు టేబిలుమీద గడ్డం ఆనించి కళ్ళు మూసు కున్నాడు

రావు పత్రికని టేబిలుమీద పడవేసి, సిగరెట్టు ముట్టిం చేందుకు అగ్గిపుల్లగీసి, దాన్ని అలాగే చేతులో వుంచుకొని—

"అంటే ?" అన్నాడు

సుబ్బారాయుడు కళ్ళుమూసుకునే జవా బిచ్చాడు

"మనం చెప్పేదానికి అవును— అనడంతప్ప కాదు— అనడం యీ ప్రపంచానికి తెలియకుండా చేయాలి అలాంటి పరమ శక్తిని ముందు పొందాలి"

"అసాధ్యకార్యం అనుకుంటాను" రావు చప్పరించాడు

సుబ్బారాయుడు కుర్చీలో నిటారుగా కూర్చుని— పొడుం కాయతో టేబిలుమీద తాళంవేస్తూ, 'అసాధ్యాలూ దుస్సాధ్యాలు అనేవి యీ ప్రపంచంలో వున్నవనేది నాకు తెలుసు కాని ఒకసారి దైవకృప ఆయన హెచ్చరిక మనకు పూర్తగా దొరికిన తరవాత— ఏ కార్యాన్నైనా సాధించ

వచ్చు ' మాట పూర్తి చేయకుండానే, కుడిచేత్తో ఎడమ చెవిని సున్నితంగా పట్టుకొని కళ్ళు మూసుకున్నాడు

“ఆ చెవి ఏమైనా బాధ పెడుతూందా?” రావు సానుభూతితో అన్నాడు

“బాధకాదు కొన్ని అపూర్వ సందేశాలూ అవ్యక్త భావాలూ గత నాలుగు రోజులనుంచి యిది నాకు వినిపిస్తోంది కొంతవరకు అర్థమయినై మరికొంత అర్థం చేసుకునేందుకు ప్రయత్నం చేస్తున్నాను సుబ్బారాయుడు కంటిపాపల్ని పైకి తిప్పాడు

‘ఆ సందేశాలూ వాటి విషయంలో, మన దృక్పథాల్లో చాలా తేడా వుంది కనుక ఆ విషయం నేను చర్చించను ఒకవేళ చీము కారడం కుడి చెవినుంచి ఎడమ చెవికి మారిందేమో డాక్టరుకు చూపించావా?”

సుబ్బారాయుడు ఓ నిమిషంసేపు కోపాన్ని తొక్కిపట్టేందుకు గట్టి ప్రయత్నం చేశాడు

“ఇది డాక్టరుకు చూపించవలసిన విషయం కాదు నీకు యిదివరకు చెప్పాననుకుంటాను— చిన్నప్పుడు నాకు ఓ చెవి చీము కారడం— దానిమీద మా తలిదండ్రులు మోపిదేవి సుబ్బారాయుడుకు మొక్కుకోవడం— అది నయం కావడం— ఆయన పేరే నాకు పెట్టడం— అదంతా—”

“అవును యిదివరకు చెప్పావ్ కాని యీ మధ్య తిరిగి ఆ చెవి చీము కారుతోందనీ, బాధగా వుందనీ అన్నావు కూడా”

సుబ్బారాయుడు కుర్చీలోనుంచి, రావువైపు వంగి మెల్లగా అన్నాడు

"అదంతా మన మానవుల్లోని దంభ గర్వాల కారణంగా దేవుడు చూపే ప్రతీకారం"

"అర్థం కాలేదు"

"అయితే విను" సుబ్బారాయుడు పొడుంకాయను దగ్గరకు లాక్కున్నాడు రావు రిస్టువాచీవంక ఓమారు చూసి నిశ్చలంగా కూర్చున్నాడు

"చిన్నప్పుడు ఆ మొక్కుకోవడంతో పోయిన ఆ చెవి బాధ, తిరిగి కాలేజీలో చేరిన తరవాత ప్రారంభమై—యం ఏ ప్యాసయిన తరవాత ఎక్కువయింది"

రావు తల మరోవైపు తిప్పుకుని "ఆఫీసు కెళ్ళాలి సాయంకాలం వస్తా" అన్నాడు

"ఇంతా ప్రారంభించిన తరవాత—మధ్యలో నీవు వెళతాననడం బాగాలేదు అందులో నేను ఓ నిశ్చయం—దాన్ని ప్రతిజ్ఞ శపథం అని అనవచ్చు ఆ విషయం చాలా ముఖ్యమైంది అదికూడా నీకు చెపుతాను"

ఆలోచించకుండా—సుబ్బారాయుడు ఏ ప్రతిజ్ఞా చేయుడని రావుకు తెలుసు సిగరెట్లు మానేస్తానన్నాడు అంతే! మళ్ళీ యీనాటి వరకు ముట్టలేదు పొడుం అలవాటు చేసుకున్నాడు కాఫీ ముట్టనని ప్రతిజ్ఞ—కోకో తాగుతున్నాడు"

రావు మరో సిగరెట్టు ముట్టించి కుర్చీలో కదలకుండా కూర్చున్నాడు సుబ్బారాయుడు యింకోమారు పొడుంపట్టు పట్టి ప్రారంభించాడు

"ఊహ బాగా వచ్చిన దగ్గిరనుంచీ—ముఖ్యంగా కాలేజీ చదువు ప్రారంభించిన దగ్గిరనుంచి—నా పేరు విషయంలో

కొంత వ్యాకులత పడ సాగాను కొన్నిసార్లు పేరు మార్చు కుందామని గట్టిగా నిశ్చయించుకున్నాను కూడా"

రావు అతడి దోరణికి అడ్డుతగల దలుచు కున్నాడు లేక పోతే సుబ్బారాయుడు గంటల తరబడి మాట్టాడేటట్టు కన బడ్డాడు

"అసలు పెరులో ఏముంది? నీవు అనవసరంగా బాధపడడం తప్ప!"

సుబ్బారాయుడు ముఖం చిట్లించి 'రావులూ, ప్రసాద్‌లూ లాంటి పెర్లతో బతికేవాళ్ళకు నా లాంటివాళ్ళ బాధ తెలీదు సుబ్బారాయుడు, యం ఏ చూడు ఎంత అసహ్యాంగా ధ్వనిస్తోందో"

"ఇంతకూ అసలు విషయాన్ని మర్చిపోయావ్, నీ ప్రతిజ్ఞ-"

"దాన్ని చెప్పేముందు — ఒకప్పుడు ఎంతగానో నాకు న్యూనతగా తోచిన నాపేరు—నన్ను వుద్ధరించడానికీ—అసలు నా జీవితాన్నే మరోమార్గంలో పెట్టడానికి ఎలా సాయపడిందో చెప్పాలి"

"సరే త్వరగా కానీయ్"

"పేరు మార్చుకుందామని నేను తీవ్రంగా ఓ నిశ్చయానికి వచ్చినప్పుడల్లా, చెవి బాధపెట్టడం చీముకారడం ప్రారంభించేది చిన్నప్పుడు మోపిదేవి సుబ్బారాయుడికి మొక్కుకుని ఆయన పేరు పెట్టగానే ఆచీము కారడం ఆగిపోయింది. ఇప్పుడు యీ సంఘటనల్ని మొత్తం కలిపి, విడదీస్తే వచ్చే ఆన్సరు?"

నాకు తెలియడంలేదు" రావు కళ్ళు తేలవేసి గాలి పీల్చు కునేందుకు గట్టి ప్రయత్నం చేశాడు సుబ్బారాయుడు కుర్చీలో

నుంచి లేచి చేతుల్ని నడుం వెనక్కు పోనిచ్చి— గదిలో అటూ యిటూ తిరగడం ప్రారంభించాడు

"సాయంకాలం కనబడతాను" రావు కుర్చీలో నుంచి లేచాడు

"నా ప్రశ్నకు జవాబు రాలేదు"

"సాయంకాలం మాట్లాడదాం"

"ఇక యీ విషయాన్ని గురించి మాట్టాడేందుకు ఏమీ లేదు ఒక్క విషయం నిశ్చితంగా తేలిపోయింది దేవు డున్నాడు!"

"లేదని నేను ఎప్పుడూ అనలేదు" రావు గాభరాగా అన్నాడు

"అదే యీ ప్రపంచంతో వచ్చిన చిక్కు ఉన్నాడంటూనే లేడన్నట్టుగా ప్రవర్తిస్తుంది నీ మట్టుకు నీవు— చాలాదారుణ మైన అనుమానాలు ప్రకటించావ్"

"ఎప్పుడు?"

"ఒకమారు నీవు అన్నావు -- కని, నిర్దయగా రోడ్డుమీద బిడ్డనువదిలిపోయే క్రూరురాలైన మాతలాగా దేవుడు యీ లోకాన్ని సృష్టించి— తరవాత యిక్కడ జరిగే దారుణ హింసాకాండని, యుద్ధాల్ని చూస్తూ సహించి వూరుకోడం చాలా ఘోరం అని గుర్తుందా?"

"ఆ మాట యిప్పుడూ అంటాను" రావు రోషంగా రెట్టించాడు సుబ్బారాయుడు సాభిప్రాయంగా అతడివంక చూసి—

"ఇది దైవదూషణకంటే ఎక్కువైంది దేవుడు యీ ప్రపంచాన్ని సృష్టించాడని ఒప్పుకుంటూ— తరవాత మన

అల్పమైనబుద్ధితో ఆయన చర్యల్ని స్వల్పంచేసి మాట్లాడడం! రాజకీయాల్లో యిటు కాపిటలిజమో, అటు కమ్యూనిజమో కాక మధ్య మార్గాలంటూ చెప్పేవన్నీ ఎలా దగుల్బాజీ వ్యవహారాలో— దేవుడి విషయంలో కూడా యిటు వున్నాడని తనను అర్చించుకోవడమో, అటు లేడని తనకు తానుగా ప్రవర్తించడమోతప్ప, మధ్యమార్గాలంటూలేవు జర్నలిస్టువి కనక యీ మాత్రం నీకు తప్పక తెలిసి వుండాలి"

సుబ్బారాయుడు నవ్వుతూ రావు భుజంమీద చేయివేసి— తిరిగి కుర్చీలో కూర్చోపెట్టాడు ఇద్దరు ఒక నిముషం నిశ్శబ్దంగా ఒకళ్ళని ఒకళ్ళు చూసుకుంటూ వూరుకున్నారు

రావు టేబిలుమీదవున్న పొడుంకాయను పరీక్షగాచూస్తూ—

"ఈ పూటకు నా ఆఫీసుపని చెడింది ఏదో ప్రతిజ్ఞ శపథం అంటూ ప్రారంభించావు ఆ విషయమన్నా చెప్పు"

"చెప్పేందుకు ప్రస్తుతం ఎక్కువలేదు టాం పెయిన్లూ, అనటోల్ ఫ్రాన్సులూ పచ్చడికింద నలిగిపోయారు అతి స్వల్ప విషయాలుగా కనబడే వాటిద్వారా పరంజ్యోతి నా కళ్ళు తెరిచాడు ఒక వారంరోజుల్లో లిఎస్సుచేసి— యీ లోకం లోతుపాతుల్ని తెలుసుకునేందుకు అందరికళ్ళు తెరిచేందుకు ప్రతిజ్ఞపూనాను—" సుబ్బారాయుడు ఎడమచెవిని కుడిచేత్తో, అతి సున్నితంగా పట్టుకుని ఋజ్జగించాడు

నీవు యిప్పటి పరిస్థితుల్ని బాగా అర్థం చేసుకున్నట్లు లేదు అయినా— ఆ తపస్సు యిక్కడేవుండి ఎందుకు చేయకూడదు!"

ఇక్కడేవుంది అలా చేయడంగాని— ఏదైనా సాధించడం గాని అసాధ్యమైనపని మనం, మతగ్రంథాలన్నీ తిరగవేస్తే కాషాయవస్త్రాలుకట్టి కమండలంచేతబట్టి, నిర్జనారణ్యాలకు వెళ్ళకుండా ఎవరూ దైవదర్శనం చేసుకోలేదు"

"అయినా—" రావు అంతటితో ఆగాడు

"ఊఁ! కానీ" సుబ్బారాయుడు ఆత్రుతగా అన్నాడు

"చాలా శ్రమ, ప్రయాస, యింకా—"

"శ్రమ ప్రయాసల్లేకుండా దేన్నీ సాధించలేం శరీరంకోసం ఎంత వెగటూ, డోకూ పుట్టించేట్టున్నా కళ్ళు మూసుకుని కాడ్‌లివర్ ఆయిల్ తాగేస్తాం కాని ఆత్మకోసం ఏమాత్రం శ్రమ చేయడానికి అంగీకరించం నేటి మానవ సంఘంలో దినదినాభివృద్ధి అవుతున్న జబ్బు యిదే"

"నీ ఎడమచెవి — దాని ద్వారా నీవు వింటున్నాననే అపూర్వసందేశాలు—అదంతా నాకర్థం కావడంలేదు"

సుబ్బారాయుడు ఓ చిరునవ్వు నవ్వి, జేబుగుడ్డతో చెవి తుడుచుకున్నాడు

"నిజంచెప్పాలంటే నాక్కూడా ఆ సందేశాలు సరిగా అర్థంకాక, అరణ్యాలకువెళ్ళి నిర్మలంగా తపస్సులో కూర్చుని, తేల్చుకుందామని నిర్ణయించుకున్నాను ముందు ఆ సందేశాన్ని నేను సరిగా అవగాహన చేసుకున్న తరవాతనే— మానవజాతిని వుద్ధరించ గలగడంగాని—దైవాజ్ఞను అమలు జరపడంగాని—"

రావు కుర్చీలోనుంచి లేచి రిస్టువాచీవంక చూశాడు!

"నేను సాయంకాలం వస్తాను నా భయం ఏమిటంటే— నువ్వు పరిస్థితులను బాగా ఆలోచించి యీ నిర్ణయానికి రాలేదేమో అని మాటవరసకు—ద్వాపరయుగం తరవాత, ఆరణ్యాలకు వెళ్ళి కాషాయగుడ్డలూ, కమండలంపట్టి తపస్సు చేసిన వారెవరూ లేరు" రావు గడప దిగి రోడ్డుమీదికి పోతు న్నాడు

టేబిలుమీద పౌడుండబ్బాకోసం వెతుకుతున్న సుబ్బా రాయుడు, రావు గదిలోనుంచి బయటకు పోవడం గమనించ లేదు అతిడి చివరి పదాలు సుబ్బారాయుడుకు బాణాల్లా తగిలినై తలయెత్తిచూశాడు రావు రోడ్డుమీద వున్నాడు కోపంగా అతడు గట్టిగా కేక వేశాడు

"నీ పౌరాణిక పాండిత్యానికి, చరిత్ర జ్ఞానానికి సంతోషిస్తు న్నాను మహావీరుడూ బుద్ధుడూ ఏ యుగంలో వాళ్ళు? వల్లమాలిన జర్నలిస్టువి!"

వికారంగా, హేళనగా సుబ్బారాయుడు నవ్వే ధ్వని, రావుకు ఆ రోడ్డు మలుపుతిరిగే వరకు వినబడుతూనే వుంది

సుబ్బారాయుడు ఆ రాత్రి మెయిల్‌లో బయలుదేరాడు ప్రశాంతంగా ఆలోచించుకునేందుకు అవకాశం వుంటుందని, మొదటితరగతి టిక్కెట్టు కొన్నాడు కాషాయవస్త్రాలు, కమం డలం - యింకా ఆ రకమైన సరంజామా అంతా ఓ సంచీలో పెట్టాడు వాటిని నల్లమల అడవుల్లో ప్రవేశించిన తరవాత బయటికి తీయాలని అతని నిర్ణయం

రైలు వేగంగా పోతోంది అనేక భావాలూ పూర్వ ఋషుల చరిత్రల్లో తాను చదివిన వివిధ ఘట్టాలు అతని మన

స్సులో గిర్రున తిరిగినై విశ్వామిత్రుడు!—ఆపేరు గుర్తురాగానే కొంచెం వులిక్కిపడ్డాడు అతని తపస్సు చెడగొట్టడానికి ఎన్ని ప్రయత్నాలు జరిగినై తనుకూడా అలాంటి విఘ్నాలను ఎదుర్కోవలసివస్తుందా?

'నేను ఇంద్ర పదవినిగాని - అంతకంటె విలువైనమరే అధికారాన్నిగాని కాంక్షించడంలేదు ఇప్పటికి, నా ఎడమచెవు ద్వారా వింటున్న సందేశాల అర్థం తెలుసుకోవడం దివ్యదృష్టి, త్రికాలజ్ఞత - అంతే నాకు కావలసింది తరవాత యింటికివచ్చి యీ ప్రపంచంలో జరిగే ప్రతిఘటనకూ, కారణ కార్యాలను చెప్తూవుంటాను నేను ఆశించే యీ స్వల్పానిక్కూడా అడ్డు తగిలేందుకు రంభల్నీ, మేనకల్నీ నా మీద ఎవరు ప్రయోగిస్తారు?'

పక్కపెట్టెలో ఎవరో మూడవ ప్రపంచ యుద్ధాన్నిగురించి తీవ్రంగా చర్చిస్తున్నారు సుబ్బారాయుడు వాళ్ళమాటలు ఒక్క నిముషంసేపు విని, తిరిగి ఆలోచనలో పడ్డాడు

'ప్రశాంతంగావుండే, నిర్జనారణ్యాల్లోతప్ప మనం దేవుణ్ని కనుక్కోలేం కాని అలాంటి అరణ్యాలన్నీ యీనాడు నశించిపోతున్నై భారతదేశం తన ఆధ్యాత్మిక శక్తిని కోల్పోవడానికి ఒకే ఒకకారణం అరణ్యాలు నశించడం! దానితో ఋషులూ, తపస్సుచేసేవాళ్లుకూడా లేకుండా పోయారు రైళ్ళ అరుపుల్లో, మోటార్ల మోతల్లో, ఫ్యాక్టరీలకూతల్లో మానవుడికి ఏకాగ్రత ఎలా అలవడుతుంది? మరి ఋషులు ఎలా వుద్భవిస్తారు?”

పక్క-పెట్టెలో మూడో ప్రపంచయుద్ధం ప్రారంభమయింది సుబ్బారాయుడు ఆ గోలలో యిక ఆలోచించలేక పోయాడు చెవిని ఆవైపు తిప్పాడు

"మాస్కో ఆజ్ఞ ప్రకారం నల్లమల అడవుల్లో కమ్యూనిస్టులు స్థావరాలు ఏర్పరచుకుని— స్టాలిన్ ఆర్డరు రాగానే మొత్తం ఇండియాను ఆక్రమించుకునేందుకు ప్రయత్నం చేస్తున్నారు

సుబ్బారాయుడు గుండె ఆగిపోయినట్టయింది తపస్సు చేసేందుకు తను అక్కడికే పోతున్నాడు!

"అసలు రష్యాలో కూలివాళ్ళదే రాజ్యం రైతులు నానా పాట్లు పడుతున్నారు మచ్చుకు ఏ కూలివాడికైనా జబ్బు చేసిందంటే— రైతును పట్టుకొచ్చి రక్తంలాగి— ఆ కూలివాడికి యింజక్షన్ల ద్వారా ఎక్కిస్తారు"

"ఎవరు చెప్పారు?"

"మా "

తరవాత చేతులో కర్రలో కలిసినై అంతా గందరగోళం సుబ్బారాయుడు గట్టిగా చెవులు మూసుకున్నాడు ప్రపంచానికి వెర్రి పుట్టింది వైరుధ్యాలతో తన్నుకు చస్తున్నారు కాని అంతా సృష్టించిన ఆ తండ్రి, ఏమి చేస్తున్నట్టు? ఎడమ చెవు నుంచి వస్తున్న అవ్యక్త సందేశాల్లో ఆ ప్రశ్నలకు జవాబుల కోసం సుబ్బారాయుడు ప్రయత్నం చేశాడు

రైలు ఆగింది సుబ్బారాయుడు కిటికీగుండా, తల బయటకు పెట్టి స్టేషనువైపు చూశాడు అది తను దిగవలసిన చోటు

సంచి చేత్తో పట్టుకుని వేగంగా నడవడం ప్రారంభించాడు సూర్యాస్తమయానికి ముందే తను గమ్యస్థానం చేరుకోవాలి

అడవిలో కొంతదూరం కాలిబాటన నడిచి, పక్క మార్గం తీశాడు గుబురుగా పెరిగిన వివిధ జాతి వృక్షాల్ని ఆశ్రయించి బతుకుతున్న తివ్వతీగలూ, ముండ్లపొదలూ అతడి మార్గాన్ని అడ్డుకుంటున్నై నడక సాగడంలేదు చెట్లకొమ్మల్లో నుంచి అక్కడక్కడా తునకలు తునకలుగా కనబడుతున్న ఆకాశం వంక చూశాడు సాయంత్రం అయిదుగంటలై వుంటుంది

తను వెంట తెచ్చుకున్న బిస్కట్లూ, రొట్టెలూ నాలుగైదు రోజులకు సరిపోతై తిరువాత ఏం తిని బతికేట్టు? హఠాత్తుగా అప్రయత్నంగా యీ ప్రశ్న అతడిముందు గుబురుగా నిలబడింది

ఋషులు ఏం తిని తపస్సు చేసేవాళ్ళు? కందమూలాలూ, ఆకు అలములూ సెలయేటి నీళ్ళూ! అవును—తనూ అదే చేయాలి కందమూలాలు ఎక్కడుంటై? చుట్టూ చూశాడు అన్నీ పేరులేని పెద్దమాన్లూ ఎచ్చిఆకులూ, ముళ్లతీగలూ! నిస్పృహతో సంచీ వంక చూచుకున్నాడు

కొంచెం విశ్రాంతి తీసుకుందామని, అతడు సంచీ కిందపెట్టి కూర్చోబోయాడు ఎదురుగావున్న తీగలు విపరీతంగా కదిలినై కారణం ఏమై వుంటుంది? భయంతో ఆశ్చర్యాన్ని కలిపి, సుబ్బారాయుడు రెప్ప వాల్చకుండా చూస్తున్నాడు

ఏదో జీవి నల్లసిమూతిని ఆకుల్లోనుంచి బయటకుపెట్టి కాలమేఘంలా ఒక్కవూపుతో అతడివైపు దూకింది జాంబవంతుడు

—కాదు ఎలుగుగొడ్డు! అతడు వికృతంగా అరిచి పరిగెత్తాడు

తిరిగి కాలిబాటమీదికి ఎలా వచ్చాడో అతడికి తెలీదు చెవుల్లో శబ్దం ఎక్కువయింది! శరీరమంతా చెమటతో తడిసి పోయింది నిరాశతో—"ఏమైతే అదే కానీ" అనుకుంటూ అక్కడే ఆ కాలిబాటమీదే కూర్చున్నాడు

తను చదివిన పురాణాల్లో, ఋషులు చాలామంది రంభోర్వశుల తాకిడికి తట్టుకోలేక బాధ పడ్డారేగాని క్రూరమృగాల నుంచీ ఆకలి దప్పికలనుంచీ అవస్థలుపాలు కాలేదు! ఒకవేళ క్రూరమృగాలనుంచీ, ఆకలి దప్పికలనుంచీ బతికి బయటపడిన ఏ కొద్దిమందినో మాత్రమే పురాణకర్తలు గ్రంథస్థం చేశారా? లేక కలియుగంలోనే మానవులతోపాటు, జంతువులుకూడా క్రూరత్వాన్ని అలవరచుకున్నాయా?

'చేతులెత్తు, హ్యాండ్స్ అప్, హాల్ట్ వురావ్"

సుబ్బారాయుడు వెనక్కి తిరిగి చూశాడు ఇద్దరు పోలీసులు! నిశ్చేష్టితుడయ్యాడు వణుకుతున్న గొంతుతో "ఎందుకు?" అన్నాడు గాలిలో తుపాకి పేలింది అతడు చేతులెత్తాడు సంఘటనలన్నీ అపూర్వంగా—అమానుషంగా కనబడినై

"తుపాకి ఎక్కడ దాచావ్? మీవాళ్ళంతా ఎక్కడున్నారు?"

ఒకడు జేబులూ, ధోవతి మడతలూ పరీక్ష చేస్తూంటే, రెండోవాడు తుపాకి గురిపెట్టి ప్రశ్నించాడు సుబ్బారాయుడికి అంతా ఓ పీడకలలా వుంది

"నాకు తుపాకీలేదు–తోడుగా ఎవరూ లేరు ఒంటరిగాణ్ని"

"అబద్ధం! పేల్చేస్తా నిజం చెప్పు నీ పేరు?"

"సుబ్బారాయుడు" ఒక్కక్షణం ఆగి–'యం ఏ' అన్నాడు

"మొదటిది అసలుపేరు – తరవాత చెప్పింది గెరిల్లా పార్టీ పేరు"

ఆ ఇద్దరు పోలీసులు నవ్వుకున్నారు

"ఈ ఒక్కరోజున యింతవరకు ఆరుగురు కమ్యూనిస్టు గెరిల్లాలను పట్టాం నీవు ఏడోవాడివి ఇన్స్పెక్టరుగారి దగ్గరకు నడు!" పోలీసు తుపాకి మడమతో సుబ్బారాయుడి వీపుమీద పొడిచాడు అతడికి బాధకలగలేదు కల! పీడకల!!

ఇనస్పెక్టరు సుబ్బారాయుడిని చూస్తూనే తృప్తిగా తల వూపి, పోలీసులతో

"ఆయుధాలు ఏమైనా దొరికినవా!" అన్నాడు

"లేదు సార్!"

"ఇనస్పెక్టరు నోటుపుస్తకంతీసి, పెన్సిలు వేళ్ళమధ్య ఆడిస్తూ అధికారస్వరంతో అడిగాడు

"మీ దళంపేరు? నాయకుడు?"

"నా పేరు సుబ్బారాయుడు—"

"నీ పేరు తరవాత చెప్పొచ్చు ముందు మీ దళంపేరు – నాయకుడు"

సుబ్బారాయుడు ఓ నిమిషం యినస్పెక్టరువంక దీనంగా చూసి

"నేను కమ్యూనిస్టునూకాదు – గెరిల్లానుకాదు మీ పోలీసులు పొరబడ్డారు తపస్సుచేసుకునేందుకు వచ్చాను"

ఇనస్పెక్టరు నోటుపుస్తకంలో అంతవరకు రాసుకునినవ్వాడు

'నల్లమల అడవులకు ప్రభుత్వాన్ని కూలదోసేందుక్కాక-తపస్సు చేసుకునేందుకు ఎవరూ రారు అసలు తపస్సుచేయడ మేంటి - నాకు ఆశ్చర్యంగావుంది "

సుబ్బారాయుడు ఎడంచెవును ఓమారు సున్నితంగా తాకి "ఏదో దైవప్రేరణవల్ల అలాబుద్ధిపుట్టి బయలుదేరాను "

"ఇది ఇంకా ఆశ్చర్యంగావుంది యీ రోజుల్లో ఎవడైనా తపస్సు చేయడానికంటూ అడవులకు వెళ్ళాడంటే నేను నమ్మను అలాంటివి వట్టి కాకమ్మకథలు అలాంటివాళ్ళు వున్నారంటూ ఎవడైనా చెప్తే-వాణ్ని విశాఖపట్టణం ఎచ్చాసు పత్రిలో చేర్చమంటాను "

సుబ్బారాయుడు కొద్దిసేపు మౌనంగా వూరుకున్నాడు తనలో మిగిలిన కొద్ది ధైర్యాన్నీ సమయస్ఫూర్తినీ కూడగట్టు కొని—

"నేను తపస్సు చేసుకునేందుకు వచ్చానంటే మీకు ఆశ్చర్యంగా ఉండవచ్చు కావాలంటే నా సంచిని పరీక్షించండి అందులో కాషాయ వస్త్రాలు కమండలం—అన్నీ వున్నై "

ఇనస్పెక్టరు కుర్చీలోనుంచి స్ప్రింగులా లేచి నుంచున్నాడు "ఎక్కడ! ఆ సంచి ఎక్కడ! అందులో పిస్టల్సూ యింకా మనకు అవసరమైన యితర కాయితాలు వుండివుంటై "

పోలీసులు ఒకళ్ళమొఖం ఒకళ్ళు చూసుకున్నారు "మాకు తెలీదు, మేం పట్టుకున్నప్పుడు యితడి దగ్గర సంచిలేదు "

ఇనస్పెక్టరు కోపంగా రెండడుగులు ముందుకు వేశాడు పోలీసులు భయంగా మూడడుగులు వెనక్కివేశారు పట్టరానంత

వుద్రేకంతో అతడు సుబ్బారాయుడు మెడగట్టిగా పట్టుకొని—

"సన్యాసి, నీ దళాన్నీ ఒక వారంరోజుల్లో నామరూపాలు లేకుండా చేస్తాను తపస్సు అని నన్ను మోసపుచ్చదల్చుకున్నావా?"

సుబ్బారాయుడి ముఖం వెల వెల పోయింది

"సంచివున్న మాట నిజమా? అయితే ఎక్కడ దాచావ్?"

నీరసంగా గోడకు చేరగిలబడి కూర్చుని, హీనస్వరంతో సుబ్బారాయుడుఅన్నాడు "మీరు అనవసరంగా బాధిస్తున్నారు సంచి, అందులో కమండలం, కాషాయవస్త్రాలు వున్నమాట నిజం ఎలుగ్గొడ్డునుచూచి భయపడి, వాటిని అక్కడే చెట్లల్లో వదిలేశాను"

నోటు పుస్తకం మూసి యినస్పెక్టరు ఆశ్చర్యంగా హేళనగా అతడివంక చూశాడు

"అన్నీ జిత్తులు! ఆ సంచికోసం వెతికేందుకు యిప్పుడే పోలీసుల్ని పంపుతున్నాను అది దొరికి— అందులో ఇతర వస్తువులుకాక, నీవు చెప్పినవే వుంటే సరే, లేకపోతే—"

సిమెంటు, ఇనుము ఘర్షించినై

"మీరు తొందర పడుతున్నారు నాపేరు సుబ్బారాయుడు ఎయం ఏ, బెజవాడ రామాలయం వీధి శివాలయం సందు ఇంటినెం—"

"ఆపేసెయ్! ఆ భారతమంతా నాకనవసరం సంచి దొరికి అందులో నీవు చెప్పే వస్తువులు కనబడేంతవరకు, నీకు లాకప్ అరే! నంబర్ త్రీనాట్!"

ఆ రాత్రి— ఇనుపచువ్వల వెనుక దేవుడి సృష్టికౌశలం మీద అభివృద్ధి చూపిస్తూ మానవుడు నిర్మించిన, ఆ మరో ప్రపంచంలో సుబ్బారాయుడు బుర్ర వేడెక్కే వరకు ఆలోచించి కన్నుమూశాడు

కలతనిద్దరలో కల భారతదేశంలో వున్న మహారణ్యాలన్నీ ఒకేసారి ముట్టుకుని బ్రహ్మాండమైన మంటలతో పొగలతో తగలబడిపోతున్నై ఆమండే అగ్నిలో చిక్కుకుని పెద్ద పులులూ, సింహాలూ, తోడేళ్ళూ, గుంటనక్కలూ, ఋషులూ అందరూ, అన్నీ మాడి బూడిదై పోతున్నై చుట్టూ లక్షల కోట్ల సంఖ్యల్లో చేరిన ప్రజానీకం "పండించేందుకు పొలాలు! ఇళ్ళు కట్టుకునేందుకు స్థలాలు!" అంటూ ఉత్సాహంతో కేకలు వేస్తున్నారు

సుబ్బారాయుడు నిద్దరలో మూలుగుతూ యింకోవైపు పొర్లాడు "దేవా! భారతదేశం ఆధ్యాత్మికశక్తిని కోల్పోతోంది మానవుడు నిన్ను సాధించేందుకు యిక ఏ నిర్జనారణ్యానికి వెళ్ళి తపస్సు చేసుకుంటాడు? వున్నావా? వుంటే— చూస్తూ వూరుకుంటావా? అంతా మోసం! మోసం!"

సుబ్బారాయుడు పెద్దగా అరుస్తూ లేచి కూర్చున్నాడు ఎడంచెవి బాధ పెడుతోంది చేత్తో తాకి చూశాడు విపరీతంగా చీము కారుతోంది!

ఇంద్రాణి

శివకుమార బెనర్జి చనిపోయాడని తెలిసినప్పుడు నా కళ్ళ నుంచి ఓ నీటిబిందువైనా రాలలేదు యీ ప్రపంచంలో నేను కంటతడి పెట్టవలసినంత కారణం అయేవాళ్ళు యిద్దరే యిద్దరు వాళ్ళల్లో బెనర్జీ పోయాడు

"అదృష్టవంతుడు నాకన్న ముందుపోయ్యాడు" అనిమాత్రమే ఆవార్త పత్రికలో చదివినప్పుడు అనుకున్నాను కాని మరసటి రోజున అతని తమ్ముడు రాసిన వుత్తరం సాంతం చదవగానే నా హృదయం బద్దలైంది బెనర్జీ అలాంటి చావును ఎదుర్కోవలసివస్తుందని నేనెన్నడూ అనుకోలేదు అతడూ అనుకొని వుండడు

ఆరు సంవత్సరాల అండమాను జీవితాన్నీ, నాలుగైదు సంవత్సరాలు బ్రిటిష్ రాక్షసపాలనలో, బెంగాల్‌లోని అన్ని జైళ్ళలోని నికృష్టజీవితాన్నీ బాధలనీ తట్టుకుని బయటపడిన బెనర్జీ, హఠాత్తుగా యీ పందొమ్మిది వందల యాభైలో,

అశోకచక్రఛాయల్లో జరిగే ప్రభుత్వ పాలనలోని జైల్లో మూడు రోజులకంటె ఎక్కువ బ్రతకలేదంటే నిజంగా నేను నమ్మలేక—వుత్తరం మరోమారు చదివాను

"శవాన్ని యిచ్చేందుకూడా అధికారులు నిరాకరించారు" వుత్తరంలోని యీ వాక్యం నన్ను నిలువునా కలచివైచింది ఆ నిమిషాన నాకళ్ళనుంచి అశ్రుజలం ధారగా ప్రవహించింది నాచేతినుంచి వుత్తరం ముక్కుమీదనుంచి జోడూ జారి పోయినె బరువెక్కిన హృదయంతో కుర్చీలోనుంచి లేచి నీరసంగా మంచంమీద నడుంవాల్చాను

అనేక స్మృతులు మంచివీ చెడ్డవీ, బెనర్జీ జీవితాన్నుంచి, అనాడి ఆశయాలనుంచి నన్ను వేరుపరచిన కారణాలూ, అన్నీ నా మసక కళ్ళముందు నీడల్లాగ కదుల్లాడినై

'బెనర్జీని యిలాంటిచావే ఏ పందొమ్మిది వందల యిరవై లోనో ఎదురొక్కొన్నట్టయితే, అతని శవాన్నికూడా యివ్వమని జైలు అధికారులు యిలాగే నిరాకరించి వున్నట్టయితే అప్పటి నా పాతిక ఏళ్ళ యవ్వనోద్రేకంలో ఏమిచేసి వుండేవాణ్ణి?"

యీ ప్రశ్న నాకళ్ళముందు దీర్ఘంగా పరుచుకు పోయింది నా జీవితపు తుదిక్షణాలవరకూ నేను మ్రోసుకుపోవలసిన బరువు చావో—బ్రతుకో తేల్చుకోవలసిన సంధిసమయంలో నాతోటి వాళ్ళనుంచి విడివడిన నాపిరికిగుండె, అందుక్కారణమైన ఇంద్రాణి ఆనాటి బెంగాల్ విప్లవోద్యమం అన్నీ నా మనో నేత్రాలముందు గజిబిజిగా అల్లుకు పోయినై

ఇంద్రాణి! ఆపేరు యీనా యాభై ఐదేళ్ళ ముసలి దేహంతో కలిగించే వుద్రేకం నిశ్శబ్దంగా, భారంగా కదుల్లాడే

నా గుండెల్లో రగిల్చే బాధా, వేగిరపాటూ అంతా యీ నిమిషాన నన్ను ఏదో కొత్తప్రపంచంలోకి—గతించిన కాలం మధ్యకీ, సంఘటనల్లోకీ లాక్కుపోతోంది

కలకత్తాలోనే మొదటిసారి ఆమెను చూశాను రైల్వే వర్కు షాపులో పని కాగానే సరాసరి బెనర్జీ యింటికి వెళ్ళే వాణ్ణి అప్పటికి బెనర్జీ కాలేజీలో ప్రవేశించి సంవత్సరం కావొచ్చు నాకన్న ఐదేళ్ళు చిన్న

ఆరోజు సాయంకాలం నేను ఓ అరగంట ఆలస్యంగా అతడి యింటికి వెళ్ళాను బెనర్జి మాంచి వుత్సాహంగా వున్నాడు ఆనాటి పత్రికలోని అనేక విషయాల్ని గురించి చర్చించాం యూరపులో రగులుతున్న విప్లవాలూ, కాంగ్రెసులో అతివాదులకీ, మితవాదులకీ జరుగుతున్న సంఘర్షణా, కాన్పూరులో బహిరంగసభ జరుగుతుండగా హఠాత్తుగా పోలీసులు దాడిచేసి జరిపిన లాఠీచార్జి—యింకా అనేకం మాట్లాడాం

మామూలు ప్రకారం యిక వెళ్ళేందుకు నేను లేవగానే బెనర్జీ నావంక పరీక్షగా చూసి—"ఆగు! ఓ కొత్త వ్యక్తితో పరిచయం చేస్తాను" అన్నాడు

నేను తిరిగి కూర్చుంటూ అలాంటి సందర్భాల్లో మామూలుగా అడిగే ప్రశ్న అడిగాను "మనవ డేనా?"

బెనర్జీ అనిశ్చయంగా ఓ క్షణకాలంవూరుకుని ఆలోచిస్తున్న ధోరణిలోనే అన్నాడు "యిప్పటికి కాదు బహుశా కొద్ది కాలంలోనే చేర్చుకోవలసి వస్తుంది ధైర్యం, తెలివితేటలు కూడా వున్న యువతి"

నేను నాలుక కొరుక్కున్నాను అంతకు ముందు జరిగిన వొకటి రెండు అనుభవాలదృష్ట్యా, స్త్రీలను చేర్చుకోవడం క్షేమంకాదని నిర్ణయించుకున్నాం పోలీసుల హింసలకు వాళ్ళు ధైర్యంగా నిలబడలేరనీ, అందువల్ల సమితిలోకి తీసుకోకూడదనీ అనుకున్నాం

బెనర్జీ పక్కగదిలోకి వెళ్ళి రెండు మూడు నిముషాల్లో ఓ యువతితో తిరిగివచ్చాడు ఆమే ఇంద్రాణి!

ఆరోజున ఏమిమాట్లాడామో బాగాగుర్తులేదు కాని ఒకటి మాత్రం చెప్పగలను ఏ ముఖ్య విషయాలూ రాలేదు ఆమె నన్నే విధంగానూ ఆకర్షించలేదు, తెల్లవారి లేస్తే బజారుల్లోను, యిళ్ళల్లోనూ కనబడే అనేకమంది యువతుల్లో—ఆమే ఒకతిగా కనబడింది అంతే!

కాని రెండునెలల తరవాత, ఆమె నాజీవితానికి ఓ సమస్యగా తయారైంది అలా జరుగుతుందని నే నెన్నడూ వూహించలేదు క్రమ క్రమంగా ఏదు వోడ్డును రేకువులదగ్గిరనుంచి ప్రారంభించి ఓ పెద్ద అండను కోసినట్టుగా, ఇంద్రాణి నా హృదయాన్ని నేను గ్రహించలేనంత సున్నితంగా కోసి తన గుప్పెట్లో దాచుకుంది

మిడ్నపూర్‌లో బాంబు విసరడం జరిగింది దానికి ప్రతీకారంగా ప్రభుత్వం అనేకమందిని అరెస్టు చేసింది ఎవడో వొక్కడు చేసిన ఆపనికి అతడు దొరకనందున పోలీసులు విచ్చల విడిగా దాడులుచేసి ఏ సంబంధములేని వ్యక్తుల్ని జైళ్ళల్లో కుక్కారు

"బ్రిటిష్ ప్రభుత్వానికి అంత్యదినాలు దగ్గిరపడుతున్నయ్ యిక్కడ—కలకత్తాలో మనం ఏదోవొహాటి చేసితీరాలి"

అన్నాడు బెనర్జీ. నరేశ్ మిత్రా, దిలీప్ బోసూ, అతడి తమ్ముడూ, యింకా అక్కడవున్న నలుగు రైదుగురు వెంటనే బలపరిచారు. నేను దీర్ఘాలోచనలో పడ్డాను.

సమితిలో రెండు సంవత్సరాలనుంచి సభ్యుడుగావున్న నాకు, ఆ "ఏదో వొకటి చేసితీరాలి" అన్న బెనర్జీమాటల అర్థం బాగా తెలుసు. ప్రజల్ని భయభ్రాంతుల్ని చేయాలన్నదృష్టితో విచ్చలవిడిగా అరెస్టులూ, స్త్రీలను మానభంగాలూ చేసే ఏ పోలీసు ఆఫీసరుమీదో బాంబు విసరాలి, అది వీలైతే చీకటిమాటుగా వీలుకాకపోతే పట్టపగలు ఏ బజారులోనో. తరవాత పోలీసులకు పట్టుబడి వాళ్ళ తుపాకిగుండు తలలోనుంచో, గుండెల్లోనుంచో పేల్చేముందు, "విప్లవం వర్ధిల్లాలి! అంటూ యీ జీవితాన్ని ముగించాలి.

నేను ఆలోచిస్తూ అలాగే వుండిపోయాను. రెండు నెలలకు పూర్వం ఇలాంటి సమస్యే ఎదుర్కొన్నట్టయితే, ఆ మాట్లాడేది బెనర్జీకాక నేనైవుండేవాణ్ని. బ్రిటిష్ పాలకుల్లోని రాక్షసత్వం, దాన్ని బలపరచే యిండియన్ పెంపుడుకుక్కలూ, స్వాతంత్ర్యం ఎలా మన జన్మహక్కు, రూసో, థామస్ పెయిన్, గారిబాల్డి, వాషింగ్టన్—అన్నిటిని గురించీ అందర్ని గురించీ ఓ గంట అయినా మాట్లాడి వుండేవాణ్ని. కాని ఆ నిమిషాన దేశానికన్నా, స్వాతంత్ర్యానికన్నా, కీర్తి – త్యాగం, అన్నిటికన్నా— గొప్పదిగా, వుత్తమోత్తమమైందిగా జీవితలక్ష్యంగా, జీవిత సాఫల్యంగా, ఒకే ఒక మూర్తి నా హృదయంలో కదుల్లాడింది. ఆ మూర్తి నన్ను కర్తవ్యతా విమూఢున్ని చేసిన ఆ శక్తి— ఇంద్రాణి!

బెనర్జి నా పక్కన కూర్చుని భుజంపట్టుకుని కదిలించి నప్పుడు—శూన్యంగా అతడి మొహంలోకి చూశాను

"లోగడ నిన్ను మీ ఆంధ్రప్రాంతానికి పంపాలనికూడా మనవాళ్ళు అనుకున్నారు నేనే వద్దని సలహా యిచ్చాను ఎందుకో తెలుసా? నీకు ఆచరణలో అవసరమైనంత అనుభవం లేదు యిక్కడ వున్నవాళ్ళు అంగీకరిస్తే యిక్కడ బ్రిటిష్ సామ్రాజ్యాన్ని మొదటిదెబ్బకొట్టే అవకాశం నీ కివ్వాలనివుంది ఏమంటావ్?"

బెనర్జీ యీ మాటలన్నీ స్పష్టంగా అన్నాడు అతనిచేయి నా భుజంమీద అటూ యిటూ కదుల్లాడుతోంది అతడి మాటలన్నీ స్ఫుటంగా నా చెవుల్లో ప్రతిధ్వనించినై కాని నా హృదయంలో ఇంద్రాణిరూపం ఆమె నవ్వులూ కదిలి మారు మ్రోగినై

"ఆలోచిద్దాం!" అంతకంటే నా నోటినుంచి మరిమాటలు పెగలలేదు పరస్పరం సంఘర్షించే రెండు బలమైన ప్రవాహాల మధ్య చిక్కుకున్నవాడిలా ఉక్కిరి బిక్కిరయ్యాను

బెనర్జి ఓ రెండు నిమిషాలు నా ప్రక్కన అలాగే కూర్చున్నాడు అందరికళ్ళూ నా వైపుకే తిరిగినట్టు గమనించాను నేను ఎరికవాణ్ణని అందరూ భావిస్తున్నట్టు ఆ చూపులు నాకు కనబడినై అయినా నేనేమీ మాట్లాడలేదు బెనర్జియే మళ్ళా అన్నాడు—

ప్రభుత్వానికి పిచ్చెత్తింది ఇంద్రసేన్ని ఎలాచంపారో తెలుసా" నాగొంతులోనుంచి అప్రయత్నంగా ఓ వికృతశబ్దం బయట పడింది యింద్రసేన్ నాకు కలకత్తాలో వుద్యోగం

కదిర్చినవాడు అతడేగనక నాకు సమయానికి సాయం పడకుండా వున్నట్టయితే——ఆదూర ప్రాంతంలో నిరుద్యోగానికీ, ఆకలికీ తట్టుకోలేక ఏ రైలుకిందనో పడి జీవితాన్ని ముగించివుండేవాణ్ని నాకు సమితితో పరిచయంకూడా అతడే కలిగించాడు

"దేశం రెండు శత్రుశిబిరాలుగా చీలిపోయింది బ్రిటిష్ ప్రభుత్వం——దాన్ని బలపరచే ద్రోహులూ స్వాతంత్ర్యం కోరే ప్రజలూ, వాళ్ళమీద మనకు జాలిలేదు ప్రజలమీద జాలి చూపమని కోరం కాని పోరాటంలోకూడా ఒక నీతి వుంది వాళ్ళమీద మనం బాంబో, తుపాకిగుండో వుపయోగిస్తాం చాతనైతే మామీద అదే ప్రయోగించమని కోరతాం కాని మనిషిని పట్టుకుని హింసించి, రాక్షసుల్లాగా బాధించి చంపడం, ఏమాత్రం సహించరానిది ఇంద్రసేన్‌ని దారుణంగా హింసించి చంపారు తుపాకులతో పొడిచీ, లాఠీలతో కొట్టీ ప్రాణం తీశారు"

బెనర్జీ గొంతు రుద్ధమవడం, ఉద్రేకంతో పళ్ళు బిగించడం గమనించాను నాలో దుఃఖం పొంగులు వారింది ఆ క్షణంలో బెనర్జీ నా చేతి ఏబాంబో, రివాల్వరో యిస్తే ఏమిచేసి వుండేవాణ్ణో నాకు తెలీదు కాని ఒకటి మాత్రం నిజం యీనాటి వరకూ జీవించివుండి అందరు స్నేహితుల చావుల్నీ—యీనాడు ఆ బెనర్జీ మరణాన్ని చూసి, నిస్సహాయంగా దుఃఖిస్తూ, యీ విధంగా నిర్వేదాన్ని అనుభవించి మాత్రం వుండేవాణ్ని కాదు

బెనర్జీ పెద్దపొరపాటుచేశాడు ఇంద్రాణినీ నా సంసారాన్నీ, నన్నూకూడా మరిచిపోయిన ఆక్షణంలో నాకేమీ కర్తవ్యం చెప్పలేదు నా కళ్ళవెంట కారే నీటిబిందువుల్ని చూసి——

"రేపు శెలవుపెట్టు పుదయం ఎనిమిదింటికల్లా వస్తే మాట్లాడదాం" అన్నాడు

ఆదేక్షణాన్నుంచి నాజీవితం, వాళ్ళందరి జీవితాల్నుంచి వేరై మరోమార్గాన, కేవలం భిన్న మార్గాన పడి కుంటుపడింది

ఆరాత్రి నాకు నిదరపట్టలేదు పరస్పర వైరుధ్యాలతో నామనస్సు చిన్నా భిన్నమై పోయింది హృదయంలో ఎక్కడో అట్టడుగున తొక్కిపుంచిన కోర్కెలూ, ఆశలూ, దౌర్బల్యాలూ, నా జీవితాశయాలమీద దాడిచేసినై నాలోని ద్వంద్వత్వం బతుకుమీది తీపీ, ఎన్నోఏండ్లు జీవించి యీ ప్రపంచంలో జరిగే మార్పుల్ని చూడాలనీ ఇంద్రాణివల్ల స్వర్గ సౌఖ్యాలని అనుభవించాలనీ నాలో విపరీతమైన ఆవేదనా, స్వార్థం గజ్జెకట్టి విలయతాండవం చేసింది కాని జరిగిపోయిన విషాద మేమిటంటే అప్పట్లో ఆ అవస్థలో నా బుద్ధికి అది ఏమాత్రం నేరంగాగాని, దౌర్బల్యంగాగాని కనపడలేదు పాతిక సంవత్సరాల తరవాత, యీనాడు మాత్రమే, ఆనాటి నాస్వార్థ చింతని పూర్తిగా గ్రహించ గలుగుతున్నాను నన్ను ప్రేమించి నానుంచి ఎంతో ఆశించిన బెనర్జీ మరణం బహుశా యీనాడు నాలో యింతమార్పును కలిగించి వుండవొచ్చు

ఆ మర్నాడు శెలవైతే పెట్టానుకాని, బెనర్జీ యింటికి మాత్రం వెళ్ళలేదు నాలో ఏదో అగ్నిపర్వతం రగులుతూనే వుంది ఏదో నేరం బ్రతికివున్నంతవరకూ సిగ్గుతో తలవంచుకో వలసిన నేరం చేస్తున్నట్టు బాధపడ్డాను ఏదో ఆరాటం, తెలియని బాధా నన్ను కుంగదీసినై భగవద్గీతతీసి, కర్మయోగం చదివేందుకు ప్రయత్నించాను బుర్రకు ఏమాత్రం ఎక్కలేదు

విసుగ్గా ఆ పుస్తకాన్ని బీరువాలోకి నెట్టి చేతికి అందిన మరో పుస్తకాన్ని లాగాను కుర్చీమీద కూర్చుని ఆలోచిస్తూ పుస్తకం తెరిచాను "రుబాయత్!" నాదృష్టి అక్కడవున్న పద్యంమీద పడింది చదివాను అందులోని ఆఖరిచరణం Sans wine Sans End! అన్నదాన్ని ఎన్నోమార్లు చదివాను జీవితానికి ఓకొత్త అర్థం, ఓకొత్తవిలువలు కనబడినట్లయింది ఆసాయంకాలం కూడా బెనర్జి యింటికి వెళ్ళలేదు దేశభక్తి స్వాతంత్ర్యం, అన్న పదాలకు అర్థం నాకు మరో నూతన రూపంలో కనబడింది త్యాగం ఎందుకు చేయాలి? ఎవరికోసం చేయాలి? అనుభవించేది నేను కానప్పుడు ఎవరికోసమో ఎందుకు చావాలి? యిలాంటి ప్రశ్నలు నన్ను చుట్టుముట్టినై వాటినుంచి తేలిక్కైన హృదయంతో బయటపడ్డాను

ఆ రాత్రి తొమ్మిదిగంటలకు ఇంద్రాణి యింటికి వెళ్ళాను మనసులో ఎంతగా ఆమెను గురించి మథనపడుతున్నా—అంతవరకు ఆమెకు నా ప్రేమసంగతి చెప్పలేదు ఏదో ఓ శుభముహూర్తాన, అట్టే ప్రయత్నం లేకుండానే ఆ విషయం చెప్పే అవకాశం కలుగుతుందని ఆశించాను

ఇంద్రాణి నన్ను లోనికి ఆహ్వానించింది మామూలుగానే మాట్లాడింది సందర్భంకోసం కాచుకూర్చున్న నాకు, నాహృదయంలోని బాధని బయటపెట్టేందుకు అవకాశం చిక్కలేదు

పన్నెండు గంటలకు తిరిగి రూముకువచ్చి పడుకున్నాను నానేక అనుమానాలు కలిగినై నేను ఇంద్రాణిని గురించి పొరబడడం లేదుగదా? యీసరికే ఆమె మరెవర్నయినా ప్రేమిస్తోందేమో? అయితే నన్ను గురించీ, నా తెలివితేటల్ని

గురించీ యితర్ల వద్ద మెచ్చుకోవడం, నేను ఎంతో మంచి వాణ్ణనీ, గొప్ప వాణ్ణనీ అందరికో చెప్పడంలో ఆమె వుద్దేశ్యమేమై వుంటుంది?

యీ తెగనిసమస్యతో చాలారాత్రివరకూ బాధపడ్డాను నేను ఏమాత్రం ప్రోద్బలం యిచ్చినా, ఆమె ముందు నా ప్రేమను అర్థిస్తుందని గత రెండు నెల్లనుంచి ఆమెను పరిశీలనగా చూస్తున్న నాకు తోచింది ఆమెకోసమే నేను జీవించదలుచుకున్నాననీ ఆకారణంగా ప్రమాదాల్లోకి యీడ్చే తీవ్ర రాజకీయాలనుంచి విరమించుకుంటున్నాననీ తెల్లవారగానే ఆమె యింటికి వెళ్ళి చెప్పడం—అన్ని విధాలా మంచిదని నిర్ణయించు కున్నాను

కలతనిద్దరలో నాకు ఎవరో తలుపు గట్టిగా తడుతూన్న శబ్దం వినబడింది కళ్ళు నలువుకుంటూ లేచివెళ్ళి తలుపు తెరిచాను పన్నెండేళ్ళ కుర్రాడు నా చేతిలో ఓ కవరుపెట్టి, గిర్రున తిరిగి వెళ్ళిపోయాడు నేను ఆశ్చర్యపడుతూ ఆ వైపుకు ఓ నిమిషం చూసి, కవరు చింపాను లోపలి వుత్తరం నన్ను మరింత ఆశ్చర్యపరిచింది

నన్ను సమితినుంచి బహిష్కరించినట్టూ, ద్రోహిగాకాక పిరికితనం కారణంగా బహిష్కరణ జరిగింది కనక సమితి రహస్యాలు యితర్లతో చెప్పనంతవరకూ శత్రువుగా మాత్రం చూడరనీ బెనర్జీ మొత్తం సమితి తరఫున రాశాడు కాని కింద బెనర్జీ సంతకం లేదు అయినా అతడి దస్తూరీ నాకు బాగా తెలుసు

నన్ను ఓ పక్క అవమానం, మరోపక్క ఆనందం వుక్కిరి బిక్కిరి చేసినై పిరికివందగా అందరూ నిర్ణయించినందుకు

www.ingramcontent.com/pod-product-compliance
Lightning Source LLC
LaVergne TN
LVHW020123220825
819277LV00036B/562